வி.ராம்ஜி

திருச்சி பொன்மலைதான் பூர்வீகம். ஒன்பதாவது படிக்கும்போதே, கதை, கவிதைகள் எழுதத் துவங்கி, பத்திரிகைகளில் பிரசுரமானது ஒருபக்கம்; பட்டிமன்றம், கவியரங்கம் என்று மேடைப்பேச்சுகள் என வளர்ந்தது இன்னொரு பக்கம்!

பத்திரிகையில் பணிபுரிவதே லட்சியமாகக் கொண்டு வளர்ந்தவர். 'புதிய வீணை' எனும் சிற்றிதழைத் துவக்கி நடத்தியவர். தினபூமி, குங்குமம், தினமலர், தினகரன் என 23 வருடங்களாகப் பத்திரிகைத் துறையில் பணியாற்றிய அனுபவம் கொண்டவர்.

எழுத்துச் சித்தர் பாலகுமாரனை குருநாதராக நெஞ்சில் வரித்து, அவரிடமே பணிபுரிந்தவர்.

தற்போது, சக்தி விகடன் இதழில் தலைமை உதவி ஆசிரியராகப் பணியாற்றி வருகிறார்.

இவர் எழுதிய 'தேவி தரிசனம்', 'வாழ்க வளமுடன்', ஆகிய நூல்கள் விகடன் பிரசுரத்தில் வெளிவந்துள்ளன.

இவர் மனைவி கிருத்திகா. மகன் பாலகுமாரன், மகள் மயூரி.

திருப்பட்டூர் அற்புதங்கள்!

நம் தலையெழுத்தைத் திருத்தி அருளும் திருத்தலம்

வி.ராம்ஜி

விகடன்
பிரசுரம்

Title : THIRUPPATTUR
ARPUTHANKAL
© V.RAMJI

ISBN : 978-81-8476-460-4

விகடன் பிரசுரம்: **694**

நூல் தலைப்பு:

திருப்பட்டூர் அற்புதங்கள்!

நூல் ஆசிரியர்:

© வி.ராம்ஜி

முதற்பதிப்பு : **செப்டம்பர், 2012**

இரண்டாம் பதிப்பு : **பிப்ரவரி, 2013**

விலை : **₹ 95**

பதிப்பாளர்:

பா.சீனிவாசன்

ஆசிரியர்:

இரா.சரவணன்

முதன்மை உதவி ஆசிரியர்:

அ.அன்பழகன்

தலைமை உதவி ஆசிரியர்கள்:

எம்.நாகமணி, கே.பாசுமணி, சிவராஜ்

முதன்மை வடிவமைப்பு:

மு.ராம்குமார்

இந்தப் புத்தகத்தின் எந்த ஒரு பகுதியையும் பதிப்பாளரின் எழுத்துபூர்வமான முன் அனுமதி பெறாமல் மறுபிரசுரம் செய்வதோ, அச்சு மற்றும் மின்னணு ஊடகங்களில் மறுபதிப்பு செய்வதோ காப்புரிமைச் சட்டப்படி தடை செய்யப்பட்டதாகும். புத்தக விமரிசனத்துக்கு மட்டும் இந்தப் புத்தகத்திலிருந்து மேற்கோள் காட்ட அனுமதிக்கப்படுகிறது.

விகடன் பிரசுரம்

757, அண்ணா சாலை, சென்னை-600 002.

எடிட்டோரியல் பிரிவு போன்: 044-28524074 / 84

விற்பனை பிரிவு போன்: 044-42634283 / 84

e-mail: books@vikatan.com

வாழ்வை வளமாக்கும் திருப்பட்டூர்!

கோயில்கள் நம் மனக் குழப்பங்களைப் பறந்தோடச் செய்யும் திருத்தலங்கள். பொதுவாக வாழ்க்கைச் சிக்கலில் மக்கள் உழன்று தவிக்கும்போதும் துன்புறும்போதும் அவற்றிலிருந்து விடுபடுவது எப்படி என்பது தெரியாமல் வருந்துவார்கள். விதியை நினைத்து நொந்துபோவார்கள். திருப்பங்கள் ஏற்படாதா? தலை எழுத்தை இறைவன் திருத்தி எழுத மாட்டானா? எனப் புலம்புவார்கள். இப்படிப்பட்டவர்கள் திருப்பட்டூர் வந்து இறைவனைத் தரிசித்து எல்லா வளமும் பெறலாம். இங்கு அமைந்திருக்கும் பிரம்மபுரீஸ்வரர், பிரம்மா, காசி விஸ்வநாதர் ஆலயங்கள் குறித்தும், திருப்பட்டூர் அற்புதங்கள் குறித்தும் பரவசத்தோடு விளக்குகிறது இந்த நூல்.

'திருப்பட்டூர் அற்புதங்கள்' எனும் தலைப்பில் சக்தி விகடனில் தொடராக வந்தக் கட்டுரைகளின் தொகுப்பே இந்த நூல். படிக்கப் படிக்க மெய்சிலிர்க்கும் அற்புதங்கள் நம்மை ஆட்கொள்கின்றன. வியாக்ரபாதர் பூஜித்த காசி விஸ்வநாதர் கோயில், பிரம்மபுரீஸ்வரர் கோயில், புலிக்காலால் அவர் உண்டாக்கிய தீர்த்தக்குளம், விதி கூட்டி அருளிய பிரம்மா, சுந்தரர், மாசாத்தனார் என எல்லோரையும் படிக்கப் படிக்க, நாமும் அந்தத் தலங்களுக்குச் சென்று தரிசிக்க வேண்டும் என்கிற ஆவலைத் தூண்டுகிறது.

திருப்பட்டூர் என்று சொல்லப்படும் திருப்பிடவூர் பிரம்மபுரீஸ்வரர் ஆலயத்தின் ஸ்தலபுராண தெய்வீகத் தகவல்களை அற்புதமாகத் தொகுத்து, ஆன்மிக அன்பர்களுக்கு புரியும் வகையில் எளிமையாக எழுதியிருக்கிறார் நூலாசிரியர் வி.ராம்ஜி. இங்கு வந்து தரிசித்ததால் வாழ்க்கையில் திருப்புமுனை ஏற்பட்டு நலம் பல பெற்ற பலரின் அனுபவங்களை நெகிழ்வோடு விவரித்துள்ளார்.

திக்கற்றவர்களுக்கு தெய்வமே துணை என்று சரண் புகுந்தோரின் வாழ்வில், எல்லா வளங்களும் அருளி ஆட்கொள்ளும் திருப்பட்டூர் பிரம்மபுரீஸ்வரரையும் பிரம்மாவையும் தரிசிக்க இந்த நூல் உங்களையும் அழைத்துச் செல்லும்!

– ஆசிரியர்

ஆற்றுப்படுத்துதல்...

இந்தக் கலிகாலத்தில், அதாவது இன்றைய காலகட்டத்தில் பக்தி என்கிற வழி ஒன்றே இறைவனை உணர்வதற்கு ஏற்ற எளிதான விஷயம். பக்தி என்கிற பயிர் வளர, நீர் நிறைந்த வயல்கள் அவசியம். அப்படி நீர் ஊறிக் கிடக்கும் வயல்களாக பரதகண்டத்தில் கோயில்கள் இருக்கின்றன.

அற்புதமான மகான்களும், முனிவர்களும், சித்த புருஷர்களும் அமர்ந்து தங்களுக்கு உள்ளே பொங்கிய அருள் புனலை வெளியே இறைத்து அந்தக் கோயிலை மேன்மையாக்கி இருக்கிறார்கள். கோயில்களால் ஜனங்களின் மனதில் பக்திப் பயிர் செழித்து வளர்ந்தது. ஒருமுறை தரிசித்த ஒரு பக்தர், நீர் நிரம்பிய அந்த வயலின் சக்தியால் வளர்ந்து, பால் பிடித்து பல நெல்மணிகள் விளைந்த, பலம் பொருந்திய கதிராக வளர்ந்துவிடுகிறார். பலநூறு விதைகள் விளைந்து பசுமைமிக்க வயலாக தலை சாய்ந்து தங்க நிறமாக ஜொலிக்கிற நெற்கதிராக விளங்கி வருகின்றன, ஆலயங்கள். தொடர்ந்து அங்கே விளைச்சல் நடைபெறுகின்றன.

இப்படி ஒரு கோயில் இருக்கின்ற விஷயத்தை, அங்கு சிறப்பாக அருள் பொங்கி, வரும் அடியவர்களுக்கு வாழ்க்கை வசதி செய்து தரும் இடமாக இருப்பதை, யாரேனும் சொல்ல வேண்டியிருக்கிறது. சொல்லுகிற விஷயமாக அதைச் சுமந்த வண்ணம் நல்ல பத்திரிகைகள் இருக்கின்றன. சக்தி விகடனில் பல உன்னதமான கட்டுரைகள் வந்திருக்கின்றன. அதில் மிகச் சிறப்பாக இருப்பது திருப்பட்டூர் அற்புதங்கள். மிகுந்த கவனத்தோடும் பொறுப்போடும், வழிகாட்ட வேண்டும் என்ற ஆர்வத்தோடும் திரு.ராம்ஜி அவர்களால் இந்தக் கட்டுரை எழுதப்பட்டு இருக்கிறது.

'ஆற்றுப்படுத்தல்' என்று தமிழில் ஒரு விஷயம் உண்டு. இந்த அரசனிடம் போ. அவன் பொன்னும் பொருளும் வைத்துக் காத்திருக்கிறான். நீ போய் நின்று வாழ்த்துப் பாடியவுடன் உனக்கு வாரித் தருவான். யானைகள் தருவான். மாடுகள் தருவான் என்று இவற்றை வாங்கி வந்த புலவன், எதிரே தென்படும் ஏழைப் புலவனுக்கு வழிகாட்டுவதுதான் ஆற்றுப்படுத்துவது.

தான் பெற்ற அனுபவத்தை தன்னிடமே வைத்துக் கொள்ளாது எல்லோருக்கும் வாரி வழங்கத் துடிக்கின்ற வேகத்தோடு இந்தக் கட்டுரையை எழுதி இருக்கிறார் ராம்ஜி. இது கட்டுரையாக எழுதப்பட்டாலும் ஒரு நாவலின் தனித்தன்மை இந்தக் கட்டுரையில் இருக்கிறது. நாவலின் உத்திகள் அடுக்கி, இந்த கட்டுரை செய்யப்பட்டு இருக்கிறது.

ஒவ்வொரு அத்தியாயம் ஆரம்பிக்கும்போதும் ஒரு தத்துவ விஷயத்தை, மிக எளிதான வாக்கியங்களில் விளக்கி, அதற்கு ஒட்டினாற்போல ஒரு புராணக்கதை சொல்லப்படுகிறது. பிரம்மாவில் இருந்து ஆரம்பித்து வியாக்ர பாதர், பதஞ்சலி முனிவர் என்று பல முனிவர்களுடைய வாழ்க்கையைச் சொல்லி, அவர்கள் திருப்பட்டூர் வந்ததைச் சொல்லி, அவர்கள் பெற்ற அனுபவத்தைச் சொல்லி, தத்துவமும் வாழ்க்கை வரலாறும் பின்னிப் பிணைய அமைத்து, மிக நேர்த்தியான நெசவாக இதை திரு.ராம்ஜி அவர்கள் செய்திருக்கிறார்.

ஆற்றுப்படுதலுக்கு ஆர்வம் வேண்டும். ஆற்றுப்படுத்தலுக்கு மிகப் பெரிய மனம் வேண்டும். அடுத்தவரின் துயர் போக வேண்டும் என்ற எண்ணம் வேண்டும். இவைதான் நல்ல கோயில்களுக்கு, சரியான பக்தி மார்க்கத்திற்கு வழியாக இருக்கின்றன.

'மரம் ஏறி வில்வம் பறிக்க முடியவில்லை. அள்ளி அள்ளி வில்வம் போட்டால்தான் மனது ஆறுதல் அடைகிறது. எனவே மரத்தின் உச்சிக்கு ஏற எனக்கு புலிக்கால்கள் கொடு' என்று கேட்டு, அந்த புலிக்கால்களை இறைவன் தர, அந்த புலிக்கால்கள் வைத்து மரம் ஏறி, வில்வம் பறித்து வந்து இடையறாது சிவபெருமானுக்கு பூஜை செய்த வியாக்ரபாதர்.

புலிக்கால் முனிவரைப் பற்றி மிக நேர்த்தியாகச் சொல்கிறார். பூஜைக்கான வில்வம் கிடைத்தது. நீர் கிடைக்கவில்லையே என்று சொல்லி, அந்த புலிக்காலை ஓங்கி தரையில் அடிக்க, தரையிலிருந்து நீர் கிளம்பி மெல்ல மெல்ல பெருகி, பெரிய புனலாக பீய்ச்சி அடித்தது. பீய்ச்சி அடித்த இடத்தில் குளம் உண்டாகியது. அந்தக் குளம் ஒரு புலியின் பாதம் போல இருந்தது. இன்றும் அப்படியே இருக்கிறது என்று அழகாக வர்ணிக்கிறார்.

அங்கொன்றும் இங்கொன்றுமாய் பிரம்மாவுக்கு கோயில்கள் உண்டு. ஆனால், இத்தனை பெரிய உருவமா. இவ்வளவு பெரிய பீடமா. முழுவதும் மஞ்சளா... என்று பிரம்மாவை குருவாக பாவித்து வணங்குகின்ற விஷயத்தை சுவைபட விவரிக்கிறார். பிரம்மாவினுடைய கர்வம் என்ன, எப்படி அவர் தலை களையப்பட்டது, என்ன அவர் வேண்டினார், படைப்புத் தொழில் மறுபடி செய்ய ஈசன் அளித்த வரம் என்ன, ஈசன் அவருக்கு இட்ட கட்டளை என்ன என்று கட்டுரைத் தொடர்கிறது.

'விதி இருப்பின் விதி கூட்டி அருளுக' என்று சிவபெருமான் பிரம்மாவுக்கு உத்தரவிடுகிறார். இங்கே வந்தவருக்கு தவறாக விதி இருப்பின் அந்த விதியை அழித்து நீ மாற்றி எழுத வேண்டும் என்று அவருக்கு உத்தரவாகிறது. பிரம்மாவும் அங்கு அமர்ந்தபடி, யாரெல்லாம் தரிசிக்க வந்தார்களோ அவர்களின் விதியை மாற்றி கெட்டவற்றை அழித்து நல்லன பக்கம் கொண்டுபோய் சேர்க்கிறார். இந்த விஷயம் படிக்கிறவர் இடையே பெரிய நம்பிக்கை ஏற்படுத்துகிறது.

'என்னுடைய தலைவிதிதான் எனக்கு கெடுதலாயிற்று. அது என்றைக்கு நன்றாக இருந்தது. நான் திருப்பட்டூர் போகிறேன். அங்கேயாவது என் விதி மாறுகிறதா பார்ப்போம்' என்று படித்தவர் எழுந்து நின்று விடுகிறார். திருப்பட்டூர் பயணம் விரைவாக நடைபெறுகிறது. இந்த ஆற்றுப்படுத்துதல் மிகச் சிறப்பான ஒரு இறைத் தொண்டு.

திரு.ராம்ஜி அவர்களுக்கு எழுதத் தெரிந்திருக்கிறது. ஒரு விஷயத்தை எப்படிச் சொல்ல வேண்டும் என்று தெளிவாக இருக்கிறார். கூறுவதைக் கூறாமல் ஒவ்வொரு விஷயமாக அடுக்கிக்கொண்டு வருகிறார். புராணக் கதைகளைச் சொன்னால் போதாது என்று புரிந்து, இன்றைய மக்கள் எவ்விதம் பயன்பட்டார்கள், இந்தக் கோயில் முன்பு எப்படி இருந்தது, இப்போது எப்படி மாறிற்று என்று விவரம் சொல்ல, முப்பது வருடங்களுக்கு பின்பு நடந்த பிரம்மோத்ஸவத்தை விளக்கி, அந்த பிரம்மோத்ஸவத்துக்கு வந்த மக்களை பேட்டி கண்டு, "இவரால் என் தலையெழுத்து மாறியது. நான் தவித்துக் கொண்டிருந்தேன். இன்று நலமாக இருக்கிறேன். என் பிள்ளைக்கு மெடிக்கல்

காலேஜ் சீட் வேண்டும் என்று கேட்டேன். கிடைத்தது. அதற்குப் பிறகு, அவன் லிவர் சம்பந்தபட்ட விஷயத்தைப் படிக்க வேண்டும் என்று இருந்தான். அதுவும் கிடைத்தது. இது அத்தனைக்கும் ஸ்ரீபிரம்மபுரீஸ்வரர் கோயில்தான் காரணம். திருப்பட்டூர் பிரம்மாதான் காரணம்" என்று நெக்குருகி அமெரிக்கா வாழ் பெண்மணி சொல்கிறார்.

"சிவராத்திரி, பிரதோஷம், என்னுடைய நட்சத்திரநாள் என்றெல்லாம் கவனித்து நான் கிளம்பிவிடுவேன். நேராக திருப்பட்டூர்தான் வருவேன்" என்று வேறு ஒரு அன்பர் சொல்கிறார்.

மனிதர்கள் மனதில் அவநம்பிக்கை நீக்கி, நம்பிக்கை அளிக்கும் விதமாக இந்தப் பேட்டிகள் இருக்கின்றன.

அவருக்கு நல்லது நடந்ததாமே. இவர் செழிப்பாக இருக்கிறார். அவர் மகள் திருமணத்துக்கு திருப்பட்டூர்தான் காரணமாமே. நாமும் போவோம் என்று மற்றவர்களுடைய அனுபவத்தைத் தன்னுள் வாங்கி, தனக்கும் நல்லது நடக்க வேண்டும் என்று சொல்லி, தானும் போய் நல்லது பெற்று, அந்த நல்லதைப் பற்றி தானும் மற்றவருக்குச் சொல்ல, கூட்டம் கூட்டமாக ஜனங்கள் வருவதில் ஆச்சரியம் இல்லை.

இப்படி ஒரு கோயில் சிறந்த விழாக்கள் காணவும், செழிப்பாக இருக்கவும், கூட்டம் கூட்டமாக ஜனங்கள் வந்து ஆராதிக்கவும், அந்த ஆராதனைகள் அதிகரித்து மேலும் அதிக மக்களை ஈர்க்கவும் உண்டான ஒரு வழிவகையை சக்தி விகடன் மூலம் திரு.ராம்ஜி மிக நேர்த்தியாகச் செய்திருக்கிறார்.

மனம் அடக்குதலோ, ஹோமமோ யாகமோ செய்யும் திறமோ இன்றைய மக்களிடையே இல்லை. ஆனால், கூட்டமாகவோ தனியாகவோ யாத்திரை செய்யும் முயற்சி அதிகம் இருக்கிறது.

சரியான ஒரு கோயிலுக்கு வழி நடத்தி, அதற்கு உண்டான காரண காரியங்களைத் தெளிவாக எடுத்துரைத்து, இன்ன விதமான பரிகாரங்கள் செய்யுங்கள் என அறிவுருத்தும்போது படிப்பவர் மனம், வாழ்வுச் சுழற்சியில் சிக்கித் தவிப்பவர் மனம், உற்சாகம் அடைகிறது. திருப்பட்டூர் கிளம்பிவிடுகிறார். அங்கே போனதும், கட்டுரை எழுதியவரும் தாங்கிய பத்திரிகையும் மறந்து போகும். நான் போய் வந்தேன் நல்லது நடந்தது, நீயும் போய் வா என்று நாற்பது பேரை வழி நடத்துவார். அந்த நாற்பது நாலாயிரமாகும்.

அந்த நாலாயிரம் வருகைக்கான புண்ணியம் அந்தக் கட்டுரையாளரை, அந்தப் பத்திரிகையைச் சென்றடையும். அவர்களை வளர்விக்கும்; வாழ்விக்கும்.

வாழ்க ராம்ஜி. வளர்க சக்தி விகடன்.

என்றென்றும் அன்புடன்,

பாலகுமாரன்

உங்களுடன்...

ஒவ்வொரு முறையும் சக்திவிகடனுக்காக, கோயில்களுக்குச் சென்று தகவல் சேகரிப்பதும் அதன் பிறகு உள்ளுணர்வு என்ன சொல்கிறதோ... அந்தக் கோயிலை அந்தந்த வேளையில் எடுத்து எழுதுவதும் வழக்கம்.

என் திருச்சி நண்பர் ஒருவர், 'திருப்பட்டூர் கோயிலை எழுதேன். நம் தலையெழுத்தையே மாற்றும் தலம்' என்றார். அடுத்த முறை திருப்பட்டூர் சென்றேன். அடடா... சட்டென்று மனசு தக்கையாகிப் போனதை உணர்ந்தேன். ஆலய அமைப்பு, திருச்சமாதிகளும் அந்த அழகிய கிராமமும் கோயிலின் பிரமாண்டமும் குறிப்பாக ஆறடி உயர ஸ்ரீபிரம்மாவும் என பூரித்துப் போனவன், கோயிலைச் சுற்றிச்சுற்றி வந்தேன். திரு.பாஸ்கர குருக்கள் கோயில் பற்றி முழுவதுமாக விவரித்தார். அதன்படி 'உங்கள் தலையெழுத்தை திருத்தி எழுதக் காத்திருக்கிறார் ஸ்ரீபிரம்மா' எனத் தலைப்பிட்டு எழுதினேன். இதையடுத்து 'ஸ்ரீராகவேந்திர சுவாமிகள், திருப்பட்டூர் கோயிலை அடையாளம் காட்டினார். இப்போது பிரதோஷம் தவறாமல் பூஜை செய்து வருகிறோம்' என்றார் சென்னை வாசகி பத்மினி. அவரைப் போல் இன்னும் பல வாசக அன்பர்கள், திருப்பட்டூர் சென்று தரிசித்த பிறகு ஏற்பட்ட திருப்பங்கள் குறித்து விவரிக்க... விவரிக்க... குருவருளாலும் இறையருளாலும் மெகா தொடராக வந்ததுதான் ஆச்சரியம்.

'என்னடா ராம்ஜி. எல்லாரும் திருப்பட்டூர் திருப்பட்டூர்னு சொல்றாங்க. எங்கே இருக்கு? என்ன விசேஷம்? யாரோட சமாதி?' என்று எழுத்தாளரும் என் குருநாதருமான பாலகுமாரன் சார் அவர்கள் கேட்கும்போதே... மிகப் பெரிய கனமான விஷயத்தை எடுத்துக்கொண்டு எழுதி வருகிறோம் என்பதை அப்போதுதான் உணர்ந்தேன். இன்னும் தகவல்கள் சேகரிப்பதில் இறங்கியதும் அரிய தகவல்கள் கிடைத்ததும் ஸ்ரீபிரம்மபுரீஸ்வரரின் பெருங்கருணை!

என் அப்பா வெங்கட்ராமன் - அம்மா ருக்மிணி. அவர்களின் ஒரு திருமண நாளின்போது, என் நண்பன் காத்தபெருமாள், அப்பாவைத் தாங்கிப் பிடித்தபடி சந்நிதி சந்நிதியாகச் சென்று தரிசனம் செய்து வைத்தான். 'ரொம்ப பிரமாதமான கோயில்பா அது. ஒரு அதிர்வை, இங்கே உணர்ந்தேன். கவனமா எழுது. குருவருள் நிச்சயம் உனக்கு உண்டு" என்று அப்பா சொல்ல... என் இந்த ஜென்மத்துப் பணியாக, பெரும்பேறாக எடுத்துக் கொண்டேன். இன்றைக்கு திருப்பட்டூரில் தினம் தினமும் ஊர் கொள்ளாத பக்தர்கள் கூட்டம் எனும் போது, அடிமனது குளிர்ந்து போய், நிறைந்த மனதுடன் நிற்கிறேன்.

சிறுவயது முதலாகவே நான் காதலித்த விஷயம், விகடன். அந்த நிறுவனத்தில் பணிபுரிகிற வாய்ப்புக் கிடைத்ததே பெரும் பாக்கியம். இத்தனை சத்காரியங்களுக்கும் மூலகாரணமான விகடன் குழுமத்துக்கு என் ஆத்மார்த்தமான நன்றியை சொல்லியே ஆகவேண்டும். நன்றி.

தென்னாடுடைய சிவனே போற்றி.
எந்நாட்டவர்க்கும் இறைவா போற்றி.

என்றென்றும் அன்புடன்,
வி.ராம்ஜி

இந்த நூல்...

என் குருநாதர் எழுத்துச் சித்தர் பாலகுமாரனுக்கும்
இறைப் பணியே திருப்பணியாகக் கொண்ட
அனைத்து சிவாச்சார்யர்களுக்கும்...

வியாக்ரபாதர்

திருப்பட்டூர்! திருச்சி, சமயபுரத்துக்கு அருகில் உள்ள இந்தத் தலத்தைப் பரவலாகப் பலரும் அறிந்திருப்பார்கள். குறிப்பாக, சக்தி விகடன் வாசகர்கள் பலருக்கும் பரிச்சயமான அற்புதத் தலம், திருப்பட்டூர்.

‘சக்தி விகடன்ல எங்க கோயிலைப் பத்தி வந்ததைப் படிச்சுட்டு பெங்களூரு, சென்னை, திருநெல்வேலின்னு எங்கிருந்தெல்லாமோ ஜனங்க திரண்டு வர்றாங்க. சக்தி விகடனுக்கு நன்றி!’ என்று இந்து சமய அறநிலையத் துறைக்கு உட்பட்ட ஆலயத்தின் அர்ச்சகர்களும் ஊழியர்களும் தெரிவித்தனர்.

‘நம்ம சக்தி விகடன்ல திருப்பட்டூர் கோயிலைப் பத்திப் போட்டிருந்ததைப் படிச்சுட்டுத்தான், அப்படியொரு கோயில் இருக்கிறதே எங்களுக்குத் தெரிஞ்சுது. உடனே போய்த் தரிசனம் பண்ணிட்டு வந்தோம்!’ என்று வாசகர்களில் பலரும் கடிதம் மூலமாகவும் தொலைபேசி வாயிலாகவும் தெரிவித்திருந்தனர்.

திருப்பட்டூர் அற்புதங்கள்!

திருப்பட்டூர்... அற்புதங்கள் கொட்டிக் கிடக்கிற தலம். ஆச்சரியங்களும் பரவசங்களும் நிறைந்திருக்கிற பூமி! இதை அறிந்தவர்கள் வியந்து சொல்ல... மகிழ்ந்துபோனோம்.

அந்த ஆச்சரியங்களில் அமானுஷ்யங்களும் உண்டு; இறை அற்புதங்களும் உண்டு! திருப்பட்டூர் திருத்தலத்தின் மகிமை, லட்சக்கணக்கான வாசகர்களுக்கும் சென்றடையும் வகையில்... இதோ, இந்தக் கட்டுரைகள்!

தன்னை அறிவதும் தனக்குள் இருப்பதைத் தேடுவதுமே இறைவனை அடைவதற்கான பாதைகள், வழிமுறைகள் என விவரிக்கின்றன இந்து தர்மசாஸ்திரங்கள். உலகில் உள்ள ஞானிகளும் முனிவர்களும் அப்படி, தங்களை அறிந்து, தங்களுக்குள் மூழ்கி, இறைவனை அடைவதற்கான பாதையில் பீடுநடை போட்டனர்; இறையருளையும் பெற்றனர்.

அந்த முனிவருக்கு, சிவனார் மீது கொள்ளைப் பிரியம்! சிவலிங்கத்துக்கு பூஜைகள் செய்வதென்றால், தன்னையே மறந்து விடுவார். வில்வங்களைப் பறித்து லிங்கத்திருமேனியில் அள்ளி அள்ளி அர்ச்சித்துக்கொண்டே இருப்பார்.

அடர்ந்த வனத்தில் நடந்த பூஜை அது. அந்த முனிவர் தன் கைக்கு எட்டிய கிளைகளில் இருந்த வில்வத்தையெல்லாம் பறித்து ஸ்வாமிக்குப் போட்டுவிட்டார்.

ஆனாலும், ஆசை தீரவில்லை. 'இன்னும் ஏழெட்டு கை அளவுக்கு வில்வம் பறித்து அர்ச்சித்தால் நன்றாக இருக்குமே' என்று யோசித்தார்.

'ஸ்வாமி, என் சிவனே! உன்னைச் சரணடைந்து, சிவலோகத்தில் ஐக்கியமாகிற நாள் எந்நாளோ? ஆனால், அதற்கு முன்னதாக எனக்கொரு வரம் தாயேன்! வில்வ மரத்தில் ஏறி, போதும் போதும் என்கிற அளவுக்கு வில்வம் பறித்து, உன்னை அர்ச்சிக்க வேண்டும். மரத்தின் உச்சி வரை ஏறி, வில்வம் பறிப்பதற்கு வசதியாக, என் கால்களைப் புலிகளின் கால்களைப் போன்று மாற்றிவிடு!' எனக் கண்ணீருடன் வேண்டினார்.

பக்தனின் கோரிக்கையைக் கேட்டுச் சும்மா இருப்பாரா, சிவபெருமான்?! அதுவும், 'அந்தப் பக்தன் தனக்காகவா கேட்கிறான்?! குளிரக் குளிர வில்வத்தை எனக்குச் சமர்ப்பிப்பதற்காகத்தானே கேட்கிறான்' என மகிழ்ந்தவர், அந்த நிமிடமே வரம் தந்தார். அந்த முனிவரது கால்கள் புலியின் கால்களைப் போன்று உருமாறின! இதில் மனமுருகினார் அவர். 'தென்னாடுடைய சிவனே போற்றி!' எனச் சொல்லிவிட்டு, விறுவிறுவென மரத்தின் மீது ஏறினார்.

14

காசி விஸ்வநாதர்

அவரால் மரத்தின் உச்சி வரை சுலபமாகச் செல்லமுடிந்தது. சந்தோஷமாகவும் குதூகலமாகவும் வில்வத்தைப் பறித்தார்; இறைவனுக்குப் படைத்தார். மெல்ல மெல்ல, அந்த முனிவரின் நிஜப் பெயர் மறைந்து, ஊர்மக்கள் அனைவரும் அவரை 'வியாக்ரபாதர்' என்றே அழைத்தனர். வியாக்ரபாதர் என்றால், 'புலியின் கால்களைக் கொண்டவர்' என்று அர்த்தம்.

அடேங்கப்பா... இறைவனை அடைவதற்கு, எத்தனை முயற்சிகளை மேற்கொண்டிருக்கிறார்?! 'தவமாய் தவமிருந்து' என்று சொல்வார்களே... அதுபோல், கடும் தவமிருந்து சிவானுபூதியைப் பெற்ற முனிவர், இவர்.

பாரத பூமியில், குறிப்பாக தெற்கேயுள்ள பல தலங்களுக்கும் சென்று ஈசனைத் தரிசித்தவர், வியாக்ரபாதர். அடர்ந்த வனப் பகுதிகளில் மரங்களினூடே பர்ணசாலை அமைத்துக் கடும் தவம் புரிந்தார்.

தமிழகத்தில், புலியூர் என்ற பெயரில் அமைந்த திருத்தலங்களுக்கும் வியாக்ரபாதருக்கும் தொடர்பு உண்டு என்பார்கள். இவர் அந்தத் தலங்களில் மகேஸ்வரனை வழிபட்டதால், அந்த ஊருக்கு இவரது நினைவாகப் புலியூர் என்றே அமைந்துவிட்டதாகக் ஸ்தல புராணங்கள் பலவும் தெரிவிக்கின்றன.

மனம் முழுவதும் சிவநாமத்துடனும் சிவ பக்தியுடனும் வாழ்ந்து வந்த வியாக்ரபாதர், சிவனாரை நோக்கி தவம் செய்த அற்புதமான தலம், திருப்பட்டூர். இங்கே காசி விஸ்வநாதர் திருக்கோயில் உள்ளது. இந்த ஆலயத்தின் திருக்குளம் விசேஷமானது; வினைகள் யாவற்றையும் தீர்க்கக்கூடியது. குறிப்பாக, வியாக்ரபாத முனிவரால் உண்டாக்கப்பட்டது, இந்தத் தீர்த்தக் குளம்! பறவைப் பார்வையில், அதாவது மேலிருந்தபடி பார்க்கும்போது, தீர்த்தக் குளத்தின் வடிவம், கிட்டத்தட்ட புலியின் கால்களைப் போலவே, வியாக்ரபாதரின் திருப்பாதத்தின் அமைப்பைப் போலவே இருக்கும்.

ஏன் இப்படி...? அதற்கும் சுவாரஸ்யமான ஒரு புராணக் கதை சொல்லப்படுகிறது.

திருப்பட்டூர், அன்றைக்கு வில்வ மரங்கள் சூழ்ந்த அடர்ந்த வனமாக இருந்தது. சிவபூஜை செய்வதற்கு உகந்த இடம் இது எனக் கருதிய வியாக்ரபாதர், வனத்தின் வடக்கில், அழகிய சிவலிங்கத்தை வைத்துப் பூஜைகள் செய்து வந்தார்.

தினமும் சிவலிங்கத்துக்கு அபிஷேகம் செய்து, வில்வங்களால் அர்ச்சனை செய்து, தவத்தில் இறங்கிவிடுவார் அவர். ஆனால் ஏனோ, சில

விகடன் பிரசுரம்

நாட்களாகவே அவர் மிகுந்த வருத்தத்துடனும் வாட்டத்துடனும் இருந்தார்.

அந்த வனத்தின் நாலா திசையிலும் தண்ணீர் வற்றிக் கொண்டே வந்தது. 'இந்த நிலை நீடித்தால், சிவனாருக்கு எப்படி அபிஷேகம் செய்வது?' என்பதுதான், வியாக்ர பாதரின் பெருங்கவலை!

ஒருநாள், விடிந்ததும் பார்த்தால்... வனப் பகுதிகளில் ஓரிடத்தில்கூட, ஒருசொட்டுத் தண்ணீரைக் காணோம். 'அட ஈஸ்வரா... இதென்ன சோதனை!' என்று தலை கவிழ்ந்து பூமியைப் பார்த்தார்; 'மழை ஏதும் வந்தால் தேவலை' என்று வானத்தைப் பார்த்தார். சட்டென்று மலர்ந்தார்; பரவசம் பொங்க எழுந்தார்!

'என் சிவனே... என் சிவனே' என சிவலிங்கத்தைத் தொட்டுக் கண்களில் ஒற்றிக்கொண்டார். கண்ணீர் பெருக்கெடுக்க அண்ணாந்து பார்த்தபடியே இருந்தார் வியாக்ரபாதர்!

அங்கே... வானத்தில், கங்கை நீரை எடுத்துக்கொண்டு, வேகவேகமாகப் பறந்து வந்துகொண்டிருந்தது யானை ஒன்று!

தீர்த்தக்குளம்

'பக்தர்களைச் சோதனைக்கு உள்ளாக்கிப் பார்ப்பதில்தான், சிவனாருக்கு எத்தனை சந்தோஷம்?!' என்று சிவனார் மீது செல்லக் கோபம் கொண்டு இருந்தார் வியாக்ரபாதர்.

'ஏழெட்டு நாட்களாகவே, இந்த வனத்தில் தண்ணீர் குறைந்துகொண்டே வந்தது. அபிஷேகத்துக்கு என்ன செய்யப்போகிறோம் என்று கவலையாக இருந்தது. இருந்தாலும், நேற்றிரவுகூடக் கொஞ்சம் தண்ணீர் இருந்ததே! நாளைய அபிஷேகத்துக்கு இதுபோதும் என்று மனதைத் தேற்றிக்கொண்டு தூங்கி எழுந்தால், இன்று அத்தனையும் காய்ந்துவிட்டிருக்கிறதே! இதென்ன சோதனை?! சிவனாருக்கு எப்படி அபிஷேகம் செய்யப்போகிறேன்?!' என்று வியாக்ரபாதர் தவித்து மருகிய வேளையில்தான், வானத்தில் கங்கை நீரைச் சுமந்தபடி, பறந்து சென்றுகொண்டு இருந்தது ஒரு யானை.

சந்தோஷமானார் வியாக்ரபாதர். தவித்த வாய்க்குத் தண்ணீர் தருகிற உலகில், சிவலிங்க அபிஷேகத்துக்குத் தண்ணீர் கிடையாது

திருப்பட்டூர் அற்புதங்கள்!

என்று எவரேனும் சொல்வார்களா? அதிலும், பக்திக்குப் பெயர் பெற்ற மிருகங்களில் முக்கிய இடத்தில் உள்ள யானையார், தண்ணீர் தராமல் இருப்பாரா, என்ன? - யோசித்த வியாக்ரபாதர், "யானையே! கொஞ்சம் இறங்கி வா! உன்னால் ஓர் உதவி ஆக வேண்டியிருக்கிறது!" என்றார்.

'இதோ... இந்த அடியவனால் கங்கை நீரே இங்கு வந்துவிட்டது. என்னே உனது கருணை?! கங்கை இங்கே வந்துவிட்டதென்றால் காசியம்பதியின் நாயகன் நீதானே?! அப்படியெனில், உன்னுடைய திருநாமம் - விஸ்வநாதன். நீதான் காசி விஸ்வநாதன். என் அன்புக்கு உரிய காசி விஸ்வநாதன் நீதான்; நீயேதான்!

கங்கையும் வந்துவிட்டாள். காசி விஸ்வநாதனான நீயும் வந்துவிட்டாய். இனி, இந்தத் தலம் காசிக்கு நிகரானத் தலமாக அமையட்டும். இந்தத் தலத்துக்கு நாடி வரும் அனைவருக்கும் காசிக்குச் சென்ற புண்ணியம் கிடைக்கட்டும். இந்தத் தீர்த்தக் குளத்து நீரை, எவர் கையில் எடுத்தாலும் அவர்களுக்கு கங்கையில் நீராடிய பலன்கள் கிடைக்கட்டும்.

என் இனிய விஸ்வநாதரே! அனைவரையும் காத்தருள்வீர். இந்தத் திருத்தலத்திலேயே தங்குவீராக! என்று மெய்யுருகி வேண்டினார் வியாக்ரபாதர்.

அங்கே... மெல்ல, மேகமூட்டம் எட்டிப் பார்த்தது. இடியும் மின்னலுமாக, மளமளவென வெளுத்து வாங்கியது, மழை! அந்த வனம், அதாவது திருப்பட்டூர் திருத்தலம்... பெரு மழையில்

தீர்த்தக்குளம்

நனைந்தது. அந்தத் தலத்தின் பள்ளங்களெல்லாம் நீரால் நிரம்பின. வியாக்ரபாதரால் உருவான அந்தப் பள்ளத்தில் கங்கை நீர் நிரம்பியிருக்க... தற்போது மழைநீரும் அதில் கலக்க... இரண்டறக் கலந்த நீர், திருப்பட்டூர் தலம் முழுவதும் பரவியது. காடு-கரையெல்லாம் நிரம்பிற்று.

மரங்களுக்கும் செடிகொடிகளின் வேர்களுக்கும் நீர் போய்ச் சேர்ந்தது. அத்தனை தாவரங்களும் புத்துணர்ச்சி பெற்றுச் செழித்துச் சிரித்தன. இவை அனைத்தையும் பார்த்தபடி, மழையில் சொட்டச் சொட்ட நனைந்தவாறு, நெஞ்சில் சிவலிங்கத் திருமேனியை வைத்தபடி, உன்மத்த நிலையில் ஆடிக்கொண்டு இருந்தார் வியாக்ரபாதர். தில்லையம்பதியில், தனக்காகவும் தனது தோழன் பதஞ்சலிக்காகவும் சிவனார் ஆடிய ஆட்டத்தை நினைவுபடுத்திக்கொண்டே ஆடினார். தில்லையம்பதியின் திசையை நோக்கியபடி, 'திருச்சிற்றம்பலம் திருச்சிற்றம்பலம் திருச்சிற்றம்பலம்' என்று உரக்கக் குரல் கொடுத்துக்கொண்டே ஆடினார்.

அங்கே, திருப்பட்டூரை நோக்கி, அந்தத் தலத்தின் பூமியை நோக்கி, மீண்டும் பிரவாகமெடுத்துப் பெய்தது பெருமழை!

இனிய நண்பர்கள்

இந்த உலகின் ஈடு இணையில்லாத உறவில் மிகவும் உன்னதமானது தோழமைதான்! நல்லதொரு நட்பு கிடைத்துவிட்டால் மனதுள் எந்தத் துக்கமும் தங்காமல் ஓடிவிடும். எப்பேர்ப்பட்ட காயங்களுக்கும் நண்பனின் ஒற்றை வார்த்தையே மருந்தாகிவிடும்!

தாய்-தந்தை அன்பானவர்களாக இருக்கலாம். நம் மீது அக்கறை உள்ளவர்களாக இருக்கலாம். ஆனால், தலைமுறை இடைவெளியில், நம்மைப் புரிந்துகொள்ளாத நிலை ஏற்பட வாய்ப்புகள் இருக்கின்றன. சகோதர கூட்டம் இருப்பினும், ஏற்றத் தாழ்வுகளைப் பார்த்துப் பாசம் காட்டுவதும் பரிகசிப்பதும் பல இடங்களில் அரங்கேறுவது நாம் அறிந்ததுதானே? ஆனால், உண்மையான நண்பன் என்பவன், ஒரு கண்ணாடியைப் போன்றவன். கண்ணாடிக்கு எதிரில் நின்றால், நம்முடைய முகம் தெரிவது போல் நம்மையும் நம்முடைய உணர்வுகளையும் மிகத் துல்லியமாக அறிந்து உணரக்கூடியவன். பாரபட்சமின்றி முகத்துக்கு நேராக எடுத்துச் சொல்லி நம்மை வழிநடத்துபவன். இதைத்தான்

25

வள்ளுவரும் ‘முகம்நக நட்பது நட்பு அன்று, நெஞ்சத்து அகம்நக நட்பது நட்பு’ என்று சொல்கிறார்.

நண்பர்கள், நம் குற்றங்குறைகளைச் சொல்லிப் புரிய வைப்பவர்கள் மட்டுமல்ல; நல்லது கெட்டதுகளைப் பதமாக எடுத்துரைத்து நல்வழிப்படுத்துபவர்கள் மட்டுமல்ல; கிட்டத்தட்ட ஆயுள்வரைக்கும் நம் கூடவே வரக்கூடியவர்கள். எந்த எதிர்பார்ப்புமின்றிப் பழகுகிற, பழகிவிட்டால் உயிரையே கொடுப்பவர்கள்தான் தோழர்கள். அதனால்தான், உயிர் காப்பான் தோழன் எனப் போற்றுகிறது இந்த உலகம்!

கைகோத்து நடக்கிறவர்கள் நண்பர்கள். அதே நேரம், ‘உன் இலக்கு வேறு; என் இலக்கு வேறு’ என வெவ்வேறு திசையில் பயணிப்பார்கள். அந்த இலக்கை அடைவதற்கான பணியில் இருக்கும்போது, நண்பர்களைச் சந்திப்பதற்கும் அளவளாவுவதற்கும் குறைவான நேரம் மட்டுமே ஒதுக்குவார்கள். எனினும், நல்ல நண்பர்கள் கிடைப்பது ஒரு வரம்தான்! அவர்கள் இருவரும் ஒரே திசையில் பயணிப்பவர்களாக, ஒத்தக் கருத்துகள் கொண்டவர்களாக, ஒரே இலக்கை அடைவதையே குறிக்கோளாகக் கொண்டவர்களாக அமைந்துவிட்டால், அதைவிடப் பேரின்பம் வேறில்லை!

அப்பேர்ப்பட்ட இனிய நண்பர்கள் அவர்கள். அந்த இரண்டு பேரின் இலக்கும் ஒன்றுதான். அது, கடவுளை அடைவது. சதாசர்வகாலமும் சதாசிவத்தை நினைத்தபடியே வாழ்ந்து, முக்தி பெறுவது! அவர்கள்... வியாக்ரபாதரும் பதஞ்சலி முனிவரும்!

திருப்பிடவூரிலிருந்து நண்பர் வியாக்ரபாதர் அழைத்ததும், துள்ளிக் குதித்து எழுந்த பதஞ்சலி முனிவர், உடனே புறப்படத் தயாரானார். அவரது முகத்தில் அப்படியொரு பரவசம். அவரது மனத்தில் தாங்கொணாத எழுச்சி. ஒருபக்கம் நண்பனைப் பார்த்து

நாளாகிவிட்டது... இதோ, பார்க்கப் போகிறோம் எனப் பூரிக்கிறது அவருடைய நெஞ்சம். இன்னொரு பக்கம்... தென்னாடுடைய சிவனாரின் லீலைகளை எண்ணிச் சிலிர்க்கிறது அவரின் திருவுடல்.

'சிவனாரே... நமசிவாயனே... தென்னாடுடைய என் ஈசனே! உமக்குத்தான் எங்கள் மீது என்னவொரு கருணை. எங்கள் மீது எவ்வளவு பிரியம்! உமக்குக் கோடானுகோடி நன்றிகளை, இந்த ஜென்மம் இருக்கும்வரை சொல்லிக்கொண்டே இருப்போம். நீ என்னை ஆட்கொள்ளும்வரை, சிவநாமத்தை உச்சரிப்பதே குறிக்கோளாகக் கொண்டு வாழ்ந்து வருவேன்' என்று சொல்லிவிட்டுக் கழுத்தில் இருந்த ருத்திராட்சத்தைத் தொட்டுக்கொண்டே கண்களை மூடித் திளைத்தார் பதஞ்சலி முனிவர். அவருடைய கண்களில் இருந்து கரகரவென வழிந்த நீர், கன்னங்களைத் தொட்டு அவரது நெடிய தாடிகளுக்குள் புகுந்தது.

'அடேய் நண்பா... என்னைவிட அதிர்ஷ்டக்காரனடா நீ!' என்று உள்ளுக்குள் வியாக்ரபாதரைப் பாராட்டிக்கொண்டார் பதஞ்சலி மகரிஷி.

'தில்லை மூவாயிரம்; திருப்பிடவூர் மூவாயிரத்து ஒன்று' என்பார்கள். அதாவது, தில்லையில் 3,000 அந்தணர்கள் உண்டு; திருப்பிடவூர் திருத்தலத்தில் அதைவிடக் கூடுதலாக, 3,001 அந்தணர்கள் வாழ்கின்றனர் என்பது பொருள். அத்தனை அந்தணர்களும் வேதங்களை அனுதினமும் பாராயணம் செய்ய... அதில் உண்டான அதிர்வலைகள் காற்றில், மரம், செடி-கொடிகளில், விதைகளில், தண்ணீரில், பூக்களில், பூக்களின் நறுமணங்களில், பூமியில் உள்ள புற்களில், கற்களில், முட்களில், மண்ணில்... என அங்கிங்கெனாதபடி எங்குமாக, இன்றைக்கும் பரவிக் கிடப்பதாக ஐதீகம். அப்பேர்ப்பட்ட புண்ணிய பூமி, திருப்பிடவூர். திருப்பிடவூர் என்பதே காலப்போக்கில் திருப்பட்டூராக மருவியதாகச் சொல்வர்.

இந்தப் பெருமைகளைக்கொண்ட திருத்தலத்தில் இருந்து வியாக்ரபாதர் அழைக்கிறார் என்றால், அநேகமாக அந்த இடம் தவம் செய்வதற்கும், தவத்தில் ஆழ்ந்து அமிழ்ந்துபோவதற்கும் ஏற்ற இடமாக இருக்கும் என்று உள்ளுக்குள் நினைத்துப் பூரித்தார் பதஞ்சலி முனிவர்.

அதிகாலையில் எழுந்து, ஆற்றில் நீராடிவிட்டு இரண்டு கைகளாலும் தண்ணீரை அள்ளும்போது, அந்த நீரில் சூரியனின் பிம்பம் தெரிந்தது. கிட்டத்தட்ட அந்தச் சூரியனை, பெருஞ் சுடரொளியை கைக்குள் கொண்டுவந்து விட்டது போன்ற பிரமை

ஏற்பட்டது. இதுவொரு நல்ல சகுனம் என்பதாக எண்ணிப் பூரிக்கும்போதே, சூட்சும ரூபமாக அங்கே பிரத்யட்சமானார் வியாக்ரபாதர். 'காவிரிக்கரையை ஒட்டியே நடந்து வந்து வடக்குப் பக்கமாகத் திரும்பினால், அங்கே, காவிரியைக் கடந்து கொள்ளிடத்தையும் கடந்து இன்னும் வடக்கில் பயணித்தால் திருப்பிடவூர் திருத்தலம் வந்துவிடும். அங்கே வா; அருள் பெறுவோம்!' என அவர் சொல்லிவிட்டு மறைய... நிமிர்ந்து வானம் பார்த்து, சூரிய பகவானை வணங்கினார் பதஞ்சலி முனிவர். குனிந்து, காவிரி நீரை அள்ளியெடுத்து கண்களில் விட்டுக்கொண்டார். உடலும் மனமும் குளிர்ந்து போயின!

'திருப்பிடவூர், திருப்பிடவூர்...' என்று உள்ளுக்குள் இடைவிடாது சொல்லிக்கொண்டே இருந்தது அவருடைய உள்ளம். கால்கள், வியாக்ரபாதர் சொன்ன திசையில் பயணிக்கத் துவங்கின.

'நாராயணா, இந்த மண்ணுலகுக்கு என்னை ஆசீர்வதித்து அனுப்பி வைத்தீர்கள். தங்களின் ஆசீர்வாதத்தால், சிவனருளைப் பெறும் நாள் வெகு தொலைவில் இல்லை என்றே தோன்றுகிறது' என திருமாலை, நாராயணபெருமாளை கண்கள் மூடி வணங்கினார் பதஞ்சலி முனிவர். அடுத்த கணம் சட்டென்று பாம்பாக உருவெடுத்தார் அவர்!

திருமால்

'அடடா... அபாரம், அற்புதம்..!' என வைத்தக் கண்ணை எடுக்காமல் ரசித்துப் பார்த்துக்கொண்டு இருந்தார் ஸ்ரீமந் நாராயணன். அனந்த சயனத்தில் மகிழ்ச்சியாக இருந்த திருமாலைக் கண்டு ஒருகணம் திகைத்துத்தான் போனார் ஆதிசேஷன், அதுமட்டுமா?! 'நாராயணப் பெருமாள் முன் எப்போதும் இல்லாத வகையில், இன்றைக்கு இந்தக் கனம் கனக்கிறாரே..!' என்று நினைத்தபடியே சந்தர்ப்பம் கிடைக்கிறபோதெல்லாம் நன்றாக மூச்சை உள்ளிழுத்துக்கொண்டார்.

'படுத்துக்கொண்டே இருக்கும் திருமால் திடீரென்று கனம் கூடிப் போயிருக்கிறாரே... இதெப்படி சாத்தியம்? தடாலென்று உடல் எப்படிப் பருமனாகும்? அதிகம் சாப்பிட்டால், உடலின் எடை கூடிப்போகும். ஆனால், உணவும் பசியும், மனிதர்களுக்கும் விலங்கு களுக்கும்தானே? உலகையே படைத்துக் காக்கிற இறைவனுக்குப் பசி ஏது? உணவு எதற்கு?

சரி... வழக்கத்தைவிட அதிகமாகப் பேரன்பும் வாஞ்சையும் காட்டி, மகாலக்ஷ்மித் தாயார் அசத்திவிட்டாரோ? சதாசர்வ காலமும் உலகையும் மக்களையும் நினைத்து, அவர்களின் வாழ்வுக்கு வரம் அளிக்கிற பரம்பொருளுக்கு, அந்த உலகத்து மக்கள் நன்றியுடன் காட்டுகிற அன்பைவிடவா, மிகப்பெரிய வாஞ்சை கிடைத்துவிடப்போகிறது? தவிர, தாயாருக்கு தனது மார்பிலேயே இடம் கொடுத்திருக்கும் ஸ்ரீமந் நாராயணனுக்கு அன்பையும் பெருங்காதலையும் தாயார் அள்ளி அள்ளி வழங்குவது ஒன்றும் புதிதில்லையே? பிறகு, எப்படி திடீரென்று கனம் கூடிப் போனார் திருமால்?!'

மேல் மூச்சு கீழ் மூச்சு வாங்கியபடியே, திருமாலுக்கு எந்த இடையூறும் ஏற்படாதபடி, மெல்ல அசைந்து, சற்றே ஆசுவாசப் படுத்திக்கொண்டு, பரம்பொருளிடமே தனது சந்தேகத்தைக் கேட்டார் ஆதிசேஷன்.

திருப்பட்டூர் அற்புதங்கள்!

“ஸ்வாமி, வழக்கத்தைவிட இன்றைக்கு நீங்கள் கொஞ்சம் அதிகமாகவே கனக்கிறீர்கள். இப்படித் திடீரென கனம் கூடியதற்கு என்ன காரணம் ஸ்வாமி?” என்று ஆதிசேஷன் கேட்டுவிட்டு, மூச்சு வாங்கினார். இந்த முறை, பெருமாளுக்குத் தெரியும்படியாகவே ஆழமாக மூச்சு வாங்கிவிட்டார்.

மெல்லத் தலை திருப்பி ஆதிசேஷனைப் பார்த்து புன்னகைத்த ஸ்ரீமந் நாராயணர், “மனம் கொள்ளாத பூரிப்பில் இருக்கிறேன், அனந்தா!” என்றார். இதைக் கேட்டதும், அந்தப் பூரிப்பும் சந்தோஷமும் ஆதிசேஷனுக்கும் தொற்றிக்கொண்டது. முதலாளியின் சந்தோஷமே தன் சந்தோஷம் என்று ஒரு விசுவாச மானத் தொழிலாளி குதூகலமாவது, அந்த முதலாளியின் நற்குணங்களைக் காட்டக்கூடிய ஒன்றல்லவா!

“எதனால் இந்தப் பூரிப்பு என நான் அறிந்துகொள்ளலாமா ஸ்வாமி?” என்று பவ்யமாகக் கேட்டார் ஆதிசேஷன்.

“தாராளமாக! அடடா... சிவபெருமானின் திருநடனத்தை இதோ... பார்த்துக்கொண்டே இருக்கிறேன். என்னவொரு நளினம். எப்படிப்பட்ட நடனம். கால்களில் துள்ளலின் வேகம் என்ன... கைகள் காட்டுகிற முத்திரைகளின் அழகு என்ன... கண்களில் தெறிக்கிற உக்கிரம் என்ன... அவருடைய உதட்டில் பரவியிருக்கிற குறுநகை என்ன... ஆஹா... நடனக் கலைக்கு சிவனாரை விட்டால் வேறு யார் இருக்கிறார்கள்?!” என்று வியந்தார் திருமால்.

ஆதிசேஷன் ஒருகணம் கண்களை மூடினார். உள்ளுக்குள் சிவனாரின் திருநடனம் எப்படியிருக்கும் எனக் கற்பனை செய்து பார்த்தார். ம்ஹூம்... முடியவில்லை. கற்பனைகளுக்கு அப்பாற்பட்ட நடனம் அல்லவா சிவனாருடையது!

கண்களைத் திறந்தார் ஆதிசேஷன். அதில் ஏக்கம் படர்ந்திருந்தது. ‘ஹூம்...’ என்று பெருமூச்சு விட்டார். அதில் அவரின் இயலாமை வெளிப்பட்டது. ஏக்கமும் இயலாமையும் கலந்த குரலில், ஸ்ரீமந் நாராயணரிடம், “ஸ்வாமி... அடியேனின் சின்ன விண்ணப்பம். ஆனால், மிகப்பெரிய ஆசை. சிவனாரின் திருநடனத்தைக் காணும் பாக்கியத்தை நானும் பெற வேண்டும். இதற்குத் தாங்களே அருள வேண்டும்” என்று கெஞ்சுகிற பாவனையில் வேண்டுகோள் விடுத்தார் ஆதிசேஷன்.

“அவ்வளவுதானே... இப்போதே பூவுலகில் பிறப்பாய். சிவனாரின் திருநடனத்தைக் காலம் வரும்போது கண்டு களிப்பாய்” என ஆசீர்வதித்து அனுப்பி வைத்தார் திருமால்.

பூவுலகம். அங்கே...அனைத்துச் செல்வங்களும் ஒருங்கே பெற்ற... ஆனால் பிள்ளைச் செல்வம் இல்லையே எனக் கலங்கித் தவித்த

தம்பதி, இறைவனை நோக்கி கையேந்தியபடி, ‘பிள்ளை வரம் தந்து, எங்களின் இந்த ஜென்மத்துக்குச் சந்தோஷத்தைத் தரக்கூடாதா?’ என்று கண்ணீருடன் மனமுருகிப் பிரார்த்தனை செய்தது.

தனது உண்மை பக்தர்களின் கண்ணீரைத் துடைக்க ஓடோடி வருவதுதானே, இறைவனின் பணி!

அங்கேயும் அந்த அற்புதம் நிகழ்ந்தது. கண்கள் மூடிய நிலையில் கையேந்தியபடி பிள்ளைப் பிச்சைக் கேட்ட தம்பதியின் கையில், ஏதோ ஒன்று விழ... சட்டென்று கண் திறந்த கணவன் கையைப் பார்த்தான். உள்ளங்கை அளவிலான சின்னஞ்சிறிய நாகம். ‘ஐயய்யோ... பாம்பு!’ என கைகள் உதறி, கால்கள் எகிற அலறினான். உதறிய கையில் இருந்து விழுந்த பாம்பு, பூமியில் விழுந்ததும் அழகிய குழந்தையாக உருவெடுத்தது. அதிர்ச்சியும்

திருப்பட்டூர் அற்புதங்கள்!

ஆனந்தமும் ஒருசேரத் தாக்கியதில், திக்குமுக்காடிப்போன தம்பதி ஒருவரையொருவர் பார்த்துக்கொண்டனர். முகம் மலரச் சிரித்துக் கொண்டனர். குழந்தையை அப்படியே அள்ளி எடுத்து நெஞ்சோடு வைத்து அணைத்துக்கொண்டனர். இறைவனின் திருவடியில் குழந்தையை வைத்து சாஷ்டாங்கமாக விழுந்து, பிள்ளை வரம் தந்த பரம்பொருளை, பெருமாளை வணங்கி நமஸ்கரித்தனர். 'இது நீ வழங்கிய கொடை.இத்தனை வருடங்கள் செய்த பிரார்த்தனையின் கனிவில், எங்களுக்குக் கிடைத்த பொக்கிஷம்! இது கடவுளின் குழந்தை. உன்னுடைய பிள்ளை. வளர்ப்பதும் வாழவைப்பதும் எங்களின் கடமை. இந்தக் குழந்தையை, இந்தப் பூமிக்கு நீ எதற்காக அனுப்பி வைத்தாயோ... அது நிறைவேறுவதற்காக நாங்களும் உறுதுணையாக இருப்போம். எங்களுக்கு இது பெருமையும்கூட!' என உணர்ச்சிவசப்பட்டனர்.

அந்தக் குழந்தையை அள்ளி எடுத்தனர். உச்சி முகர்ந்தனர்; கன்னம் கிள்ளினர்; காது வருடினர். குழந்தையின் உள்ளங்கைக்குள் தங்களின் விரலை வைத்துக்கொண்டு, அந்த மென்மையில் திளைத்தனர். உள்ளங்கையில் வந்து அவதரித்த குழந்தைக்கு 'பதஞ்சலி' எனப் பெயரிட்டனர். 'பதஞ்சலி பதஞ்சலி பதஞ்சலி...' என குழந்தையின் காதில் விழும்படி மூன்று முறை உச்சரித்தனர்.

"இதோ... என் பிறப்பின் நோக்கம் நிறைவேறும் நாள், நெருங்கிக் கொண்டே இருக்கிறது. நாராயணா! மண்ணுலகுக்கு என்னை ஆசீர்வதித்து அனுப்பி வைத்தீர்கள். சிவனருளைப் பெறும் நாள் சீக்கிரமே கிடைக்கப்போகிறது. உங்களை வந்தடையும் தருணம் நெருங்கிவிட்டதாகவே உணர்கிறேன். இதோ... திருப்பிடவூர் எனும் புண்ணிய பூமியைக் கண்டுகொண்டேன். காசியம்பதிக்கு நிகரான புனித பூமியில் அடியெடுத்து வைக்கப்போகிறேன். இது காசிக்கு நிகரான தலம் மட்டுமா... திருக்கயிலாயத்துக்கு நிகரான தலமும் ஆயிற்றே! நாராயணா... நாராயணா..!"- பாம்பாக உருவெடுத்து ஸ்ரீமந் நாராயணரை வணங்கித் தொழுத ஆதிசேஷன், அடுத்த கணம் பதஞ்சலி முனிவராக மாறினார்.

'இதோ... இதுதான் திருப்பிடவூர் தலமா?' என்று வியந்தபடி, கண்களில் கண்ணீர் திரையிட... வேகவேகமாக நடந்தார் பதஞ்சலி முனிவர்.

கிட்டத்தட்ட... திருப்பிடவூர் தலத்தை நோக்கி ஓடினார் என்றுதான் சொல்ல வேண்டும்!

மழையில் நீராடி...

வெயிலின் உக்கிரம் திடீரென்று காணாமல் போனது. வானில் மேகங்கள் இங்கிருந்து அங்கே, அங்கிருந்து இங்கே என மெல்ல நகர்ந்துகொண்டு இருந்தன. பூமியெங்கும் மெல்லிய காற்று வீசத் துவங்கியது. அந்தக் காற்றில் லேசாகக் குளிர்ச்சியும் ஒட்டிக் கொண்டு இருந்தது. இந்தக் காற்றும் குளிர்ச்சியும் பூமியெங்கும் பரவ... அங்கே அதுவரை படர்ந்திருந்த வெப்பமும் அதனால் ஏற்பட்டிருந்த ஒருவித வாசனையும் மெல்ல மெல்ல அகன்றன.

மகிழம்பூ மரங்களும் வில்வ மரங்களும் சூழ்ந்த வனப் பகுதி திருப்பிடவூர். மகிழ மரங்கள் தெய்வீகத் தன்மை கொண்டவை. அதன் நறுமணம் நாசியில் பட்டு புத்திக்குள் ஏறினால், வேறு எதன் மீதும் சிந்தனை தடம் புரளாது. இவ்வுலகைப் படைத்த பரம்பொருளைப் பற்றிக்கொள்வதான தவத்தில், முழுவதுமாக மனம் வெகு சுலபத்தில் லயித்துவிடும். சப்பணமிட்ட கால்கள் எழுவதற்கோ

திருப்பட்டூர் அற்புதங்கள்!

நிற்பதற்கோ தவிக்காது. நேராக்கியபடி அமர்ந்திருக்கிற முதுகுத் தண்டு, மரத்தின் வேர் போல் உறுதிப்பட்டுக் கிடக்கும். மூச்சில் ஒரு தாள லயம் வந்திருக்கும். அந்த லயம் மூச்சை இன்னும் இன்னும் சீராக்கிவிடும். இதனால்தான், முனிவர்களும் ஞானிகளும் மகிழ மரத்தடியை தவம் செய்வதற்குத் தோதான இடமாகத் தேர்வு செய்தனர்.

திருப்பிடவூர் தலத்தில், அதுவரை மெல்லியதாக வீசியக் காற்று, சற்றே வேகமெடுக்கத் துவங்கியது. அந்த வேகத்தில், மரத்தின் கிளைகள் சலசலத்தன. இலைகளும் பூக்களும் அசைந்தன. பூக்களின் நறுமணம், காற்றுடன் கலந்தது. காற்று அந்த நறுமணத்தை நாலாதிசையெங்கும் கொண்டு சென்றது.

ஊரின் கடைக்கோடியில் இருந்த வியாக்ரபாதர் சட்டென்று கண் திறந்தார். அவருடைய முகத்திலும் கண்களிலும் அப்படியொரு பிரகாசம். விவரிக்க முடியாத தேஜஸ் வியாபித்திருந்தது. 'நமசிவாயம் நமசிவாயம் நமசிவாயம்...' என்று சொல்லியபடி எழுந்தார் வியாக்ரபாதர். ஊரில் இருந்து வெளியே செல்லும் பாதையில் அவருடைய பார்வை குத்திட்டு நின்றது.

'அடேய் நண்பனே..! என் இனிய பதஞ்சலி... வந்துவிட்டாயா' என்று உரக்கச் சொல்லிக்கொண்டார் வியாக்ரபாதர். 'வா... இப்பிறவியின் நோக்கம் நிறைவேறப்போகிறது, வா!' என திசை பார்த்துப் பேசினார். கைகளை நீட்டி, 'வா' என்பதுபோல் அழைக்கும் பாவனை செய்தார்.

அங்கே... ஊரின் எல்லைப் பகுதியை அடைந்த பதஞ்சலி முனிவர், புண்ணியபூமியான திருப்பிடவூர் திருத்தலத்து எல்லையின் துவக்கத்தில் தனது வலது காலை எடுத்து வைத்தார். 'தென்னாடுடைய சிவனே போற்றி..!' எனப் பெருங்குரலெடுத்து கரம் குவித்து அழைத்தார். அந்தக் குரல், வியாக்ரபாதரின் செவிகளில் வந்து விழுந்தது. 'எந்நாட்டவர்க்கும் இறைவா போற்றி!' என பதில் குரல் கொடுத்தார் வியாக்ரபாதர்.

அவ்வளவுதான்... மெல்ல நகர்ந்துகொண்டு இருந்த மேகங்கள் ஆங்காங்கே சட்சட்டென்று மோதிக்கொண்டன. சரசரவென

சின்னச் சின்னக் கம்பிகளாகப் பெய்யத் துவங்கியது மழை. மழையுடன் காற்றும் கைகோத்துக்கொள்ள... அந்த வனம் முழுவதும் மகிழம்பூ வாசனையும் வில்வ வாசனையும் சூழ்ந்துகொண்டது. அந்த நறுமணங்கள் நாசியின் வழியே மூளைக்குள் செல்லத் துவங்கியதும், ‘என் சிவனே... என் சிவனே...’ என்று குரல் எழுப்பியபடி வியாக்ரபாதரை நோக்கி ஓடோடி வந்தார் பதஞ்சலி முனிவர்.

மழை இன்னும் வெளுத்து வாங்கியது. பூமியெங்கும் குளிர்ச்சி பரவியது. பூக்களிலும் இலைகளிலும், வேர்களிலும் காய்களிலும் மழை நீர், சின்னச் சின்னத் திவலைகளாக நின்றுகொண்டன. பதஞ்சலி முனிவர் வருகிற திசையை நோக்கி மலர்களும் இலைகளும் திரும்பிப் பார்த்தன. அந்த நீர்த்திவலைகள் சிவபூத கணங்கள் என்பதை வியாக்ரபாதரும் அறியவில்லை. பதஞ்சலி முனிவரும் பார்க்கவில்லை.

இரண்டு பேரும் சந்தித்துக்கொண்டனர். மழை பெரும் இரைச்சலுடன் இன்னும் வேகம் எடுத்தது. அந்த இரைச்சலு னூடே... தனக்கு நிகழ்ந்தவற்றை ஒவ்வொன்றாக விவரித்தார் வியாக்ரபாதர். சொல்லும்போதே கண்களில் இருந்து கரகரவென கண்ணீர் வழிந்தது. சொட்டச் சொட்ட நனைந்தபடி பேசும் அவரின் உச்சந்தலையில் இருந்து முகம், கன்னம், தாடி என வழிந்துகொண்டு இருந்த மழை நீருடன் அந்தக் கண்ணீர் கலந்தது.

முழுவதையும் கேட்ட பதஞ்சலி முனிவர், அண்ணாந்து வானம் பார்த்தார். ‘இந்தத் திருத்தலத்தில் மழையைப் பெய்வித்துக் குளிரச் செய்ததுபோல் எங்களையும் அகம் குளிரச் செய்துவிட்டாய்! என் ஈசனே! என்னே உன் கருணை!’ என வானத்தை நோக்கி இரண்டு கரங்களையும் சிரசின் மேல் வைத்துக்கொண்டு வணங்கினார். அப்படியே பூமியில் மண்டியிட்டு அமர்ந்தார்.

இரண்டு கைகளாலும் மண்ணை அள்ளினார். மழைநீர் கலந்ததால் செக்கச் செவேலென இருந்தது மண். அதை எடுத்து நெஞ்சில் பூசிக்கொண்டார். கண்களில் ஒற்றிக்கொண்டார். கைகளில் மீதமிருந்த மண்ணை அப்படியே தலையில் போட்டுக் கொண்டார்.

‘பதஞ்சலி, இதோ... நான் உருவாக்கிய தீர்த்தம். குளமே இல்லாத இடத்தில் குளம் உருவாகி, எங்கிருந்த கங்கையோ இங்கே இந்த அடியவனுக்காக வந்து குளத்தில் நிரம்பிக் கொண்டாள் பார்த்தாயா?’ என்று பெருமிதத்துடன் குளத்தைச் சுட்டிக் காட்டினார் வியாக்ரபாதர்.

அந்தக் குளம், அப்படியே புலியின் கால்களைப் போலவே இருந்தது. புலிக்கால்களின் வடிவமாகவே திகழ்ந்த அந்தக் குளத்தை, இப்படியும் அப்படியுமாக நகர்ந்து பார்த்தார் பதஞ்சலி முனிவர்.

'என்னப்பா வியாக்ரா! உனது கால்களைப் போல் அல்லவா இந்தக் குளம் இருக்கிறது. புலியைப் போல் கால்கள் கேட்டது வில்வ மரத்தில் ஏறி இலைகளைப் பறித்து சிவனாருக்கு அர்ச்சிப்பதற்காகத்தானே?! இப்போது பார்... பூமியில் நீ உதைத்ததில், அந்த இடமே அச்சு அசலாக உன் கால்களைப் போலவே காட்சி தருகிறது. இது, புலிப்பாய்ச்சி திருக்குளம்; புலியைப் போல் நீ பாய்ந்த திருக்குளம். அடடா... கங்கா நதியே... எங்கள் கருணைத் தாயே! இந்த ஜென்மத்து வாசனைகளை மட்டுமின்றி, எங்களது பாவங்களையும், அந்தப் பாவங்களின் அழுக்குகளையும் அகற்றிவிடு! எங்கள் சிவனாரின் சிரசில் குடியிருப்பவளே... இந்தப் பிள்ளைகளின் புத்தியில் எந்த ஜென்மத்துப் பாவக் கறைகள் ஒட்டிக்கொண்டு இருந்தாலும் அவற்றை அகற்றிவிடு!' என்று வேண்டியபடியே தடாலென்று குளத்தில் குதித்தார் பதஞ்சலி முனிவர். மூக்கைப் பிடித்தபடி, கண்களை மூடிக்கொண்டு கிழக்குப் பார்த்த முகமாக நின்று, அப்படியே அந்தக் குளத்தில் மூழ்கினார்.

இதைக் கண்ட வியாக்ரபாதரும் குளத்தில் இறங்கினார். மூக்கைப் பிடித்துக்கொண்டு நீருக்குள் மூழ்கி எழுந்தார். இருவரும் இரண்டு உள்ளங்கைகளாலும் தண்ணீரை எடுத்துக்கொண்டு சிரசையும் கடந்து உயர்த்தியபடி நின்றனர்.

'என் சிவனே... கங்கையில் நீராடி, எங்கள் பாவங்களையும் போக்கிக்கொண்டோம். இதோ... அந்தக் கங்கை நீராலேயே உன்னை அபிஷேகிக்கிறோம். ஏற்றுக்கொள். பிறகு, எங்களையும் ஏற்றுக்கொள்வாய்!' என்று சொல்லிவிட்டு, பதஞ்சலி முனிவரும் வியாக்ரபாதரும் உள்ளங்கையிலிருந்த தண்ணீரை அப்படியே மெல்லக் குளத்திலேயே விட்டனர்.

அங்கே... திருக்கயிலாயத்தில், சிரசில் இருந்து வழிந்து, முகம் முழுக்கப் பரவி, தோள்களில் படர்ந்து, தேகம் முழுவதும் அபிஷேகித்தது தண்ணீர். திருப்பிடவூர் திருத்தலத்தையும் வியாக்ர பாதரையும் பதஞ்சலி முனிவரையும் பார்த்தபடி, மெல்லியதாக புன்னகைத்தார் சிவபெருமான்! அதைக் கண்டு, பார்வதிதேவியும் புன்முறுவல் பூத்தாள். அப்படியே அவர்களை நோக்கிக் கை உயர்த்தி ஆசீர்வதித்தாள்.

விடாது பெய்துகொண்டே இருந்தது மழை. அந்தத் திருப்பிடவூர் பூமி இன்னும் இன்னும் குளிர்ந்து போனது!

39

திருப்பிடவூர்

சரணடைதல் என்பது அற்புதமான விஷயம். ஆழ்ந்த அன்பினால் உண்டாகிற உன்னதமான காரியம். மனைவியானவள் கணவனைச் சரணடைய, அந்தக் கணவன் பொருளாதாரத்தில் எந்தச் சிக்கலும் இல்லாமல் முன்னேறுவான். அதேபோல், கணவனானவன் மனைவியிடம் சரணடைந்துவிட்டால், அந்த வீடு வெகு சீக்கிரத்திலேயே உன்னத நிலையை அடையும்.

'குரு என்பவர் யார்? நம்முடைய வழிகாட்டி இவர்தானா? இவர்தான், இந்த வாழ்வில் இருந்து கடைத்தேறும் வழியை நமக்கு உபதேசித்து, நல்வழிப்படுத்தப்போகிறாரா?' என்றெல்லாம் நமக்கொரு குருவைத் தேடி அடையும் வரை, யோசிக்க வேண்டும். அப்படித் தக்கதொரு குரு கிடைத்ததும், நமது வாழ்வு மொத்தத்தையும் குருவின் திருப்பாதத்தில் சமர்ப்பித்துவிட வேண்டும். 'குருவே துணை' என்று அவர் அடியொற்றி அவரைப் பின்தொடர வேண்டும். இவ்வுலகில் நிகழும் எந்தவொரு சம்பவமும் குருவருள்

இன்றி நடைபெறாது. ஆகவே, குருவைச் சரணடைந்துவிட்டால் நமக்கு ஒரு குறையும் இருக்காது.

பரம்பொருளான சிவபெருமானைக் கண்கண்ட தெய்வமாகவும், காணக் கிடைக்காத குருவாகவும் ஏற்றுக்கொண்டு செயல்பட்ட பதஞ்சலி முனிவருக்கும் வியாக்ரபாதருக்கும் நல்லதே நிகழ்ந்தது. குருவருள் இருந்தால்தான் திருவருள் கிடைக்கும் என்பார்கள். இங்கே, குருவாகவும் இறைவனாகவும் சதாசிவமே இருக்க... சந்தோஷத்துக்கும் பூரிப்புக்கும் கேட்கவா வேண்டும்?!

கர்வம் கொண்டவர்களுக்குத்தான் எல்லாப் பிரச்னைகளும் தலைதூக்கும். சுற்றியிருக்கும் எந்தவொரு மனிதரிடம் இருந்தும் அவர்களுக்கு அன்போ ஆதரவோ கிடைக்காது. ஆனால், சரணடைதல் என்பது மொத்த கர்வத்தையும் காலால் மிதிப்பதற்கு ஒப்பானது! நான், எனது என்கிற கர்வத்தை ஒருவன் ஒழித்து விட்டால், அவனைத் தேடி இறைவனே வந்துவிடுவான். அதுமட்டுமா? அனவரதமும் இறையருள் அவனுக்குக் கிடைத்துக் கொண்டே இருக்கும். அவனுக்குள் இறைவன் உறைவதும், அவனே இறைவனாக மாறிப்போவதும் நிகழும்!

அங்கே, திருப்பிடவூர் தலத்துக்கு வியாக்ரபாதரை வரச் செய்தார் சிவனார். அத்துடன் தனது திருவிளையாடலை முடித்துவிட்டாரா பரம்பொருள்?! அனுதினமும் அபிஷேகம் செய்து வழிபடுகிற வியாக்ரபாதருக்கு சொட்டுத் தண்ணீர்கூடக் கிடைக்காதபடி அந்தப் பகுதியையே வறட்சியாக்கினார். 'அபிஷேகத்துக்கு என்ன செய்வேன்?' என வியாக்ரபாதரைக் கலங்கச் செய்தார்.

திருஆனைக்கா தலத்து இறைவனை அபிஷேகித்து வணங்கு வதற்காக கங்கை நீரை எடுத்துக்கொண்டு பறந்து வந்த யானையிடம் சிறிதளவு தண்ணீர் கேட்டுக் கெஞ்சச் செய்தார். அந்த யானை தர மறுக்கவே வியாக்ரபாதரை கோபம் கொள்ளச் செய்தார். அவரும் கோபத்தில் தனது புலிக்காலால் ஓங்கி பூமியை உதைக்க... அங்கிருந்து கங்கை நீரையே ஊற்றெனக் கிளம்பிப் பொங்கச் செய்தருளினார் ஈசன்! அதுதான் இறையின் கொடை. அவருடைய வள்ளல்தன்மை!

தாம் நினைத்தபடியே, அங்கே... திருப்பிடவூர் தலத்துக்கு வியாக்ரபாதருடன் அவரின் ஆருயிர்த் தோழன் பதஞ்சலியும் வந்துவிட... திருக்கயிலாயத்தில் இருந்து அவற்றைக் கண் குளிரப் பார்த்து ரசித்துக்கொண்டு இருந்தார் சிவபெருமான். கணவரின் மகிழ்ச்சி மனைவி உமையவளுக்கும் தொற்றிக்கொண்டது.

"என்ன ஸ்வாமி... மிகுந்த மகிழ்ச்சியில் திளைத்திருக்கிறீர்கள் போலிருக்கிறதே..?" என்றாள் பார்வதிதேவி.

திருப்பட்டூர் அற்புதங்கள்!

"பின்னே... என் அபிமானத்துக்கு உரிய இந்த அடியவர்களை நான் ஆட்கொள்ளும் காலம் நெருங்கிவிட்டது. அவர்களுடைய விருப்பங்கள் நிறைவுறும் தருணம், இதோ வந்துவிட்டது" என்றார் சிவனார்.

உமையவளுக்கு ஆச்சரியம்! "அதெப்படி? வியாக்ரபாதருக்கும் பதஞ்சலிக்கும் திருக்கயிலாயத்தை அடைய வேண்டும் என்பதுதானே ஆசை?! அவர்களுக்கு மட்டுமின்றி, எல்லாச் சிவனடியார்களின் விருப்பமும் அதுதானே?! இந்த இரண்டு சிவனடியார்களின் விருப்பங்களை நிறைவேற்றி வைக்க வேண்டும் என்றால் அவர்களைக் கயிலாயத்துக்குதானே வரவழைக்க வேண்டும்? என்ன இது விளையாட்டு!" என்று சிவனடியார்களுக்காகப் பரிந்து பேசினாள்.

சிவனார், உமையவளை மெல்லத் திரும்பிப் பார்த்தார்; புன்னகைத்தார். பிறகு, பூமியில்... திருப்பிடவூர் தலத்தைப் பார்த்தார். அங்கே, கடும் தவத்தில் இருந்த இரண்டு முனிவர்களையும் கண்டார். அவர்களை நோக்கி கை தூக்கி ஆசீர்வதித்தார். தவத்தில் இருந்த பதஞ்சலி முனிவரும் வியாக்ரபாதரும் இன்னும் ஆழ்ந்துபோனார்கள். வெட்டவெளியில் எங்கோ பறந்தும் மிதந்தும் பயணிப்பது போன்ற உணர்வு! மிகப் பிரமாண்டமான பேரொளிக்கு அருகில் நெருங்கிவிட்டது போல் உணர்ந்து, உடல் சிலிர்த்தார்கள். 'திருக்கயிலாய நாதா... திருக்கயிலாய நாதா...' என அரற்றினார்கள்.

'ஆம்... நான் கயிலாயநாதன்தான்! இதோ... நீங்கள் அமர்ந்து, தவமிருக்கும் திருப்பிடவூர் திருத்தலமும் திருக்கயிலாயம்தான்!' என அசரீரி கேட்டது.

இதைக் கேட்டு இருவரும் பரபரப்பானார்கள்; பரவசம் கொண்டார்கள். 'திருப்பிடவூர் தலம், திருக்கயிலாயமா?' என்று பூரித்துப்போனார்கள். 'அந்தத் திருப்பிடவூரை, இல்லையில்லை... திருக்கயிலாயத்தை நன்றாகப் பார்க்க வேண்டுமே' என ஆசைப் பட்டார்கள். கண்களைத் திறக்க முற்பட்டார்கள். ஆனால், அவர்களால் கண்களைத் திறக்க முடியவில்லை. உள்ளே ஒளிர்ந்து, பிரகாசித்துக்கொண்டு இருந்த பேரொளியின் பிடியில் இருந்து விலக முடியவில்லை. அந்தப் பிடி, அவர்களுக்குச் சந்தோஷமாகவும் இருந்தது; 'என்ன இது, விசித்திர அனுபவமாக இருக்கிறதே!' எனச் சற்று திகிலுறவும் செய்தது.

வியாக்ரபாதரும் பதஞ்சலி முனிவரும் தவத்தின் மிக உன்னதமான நிலையை அடைந்திருந்த அற்புதமான தருணம் அது. இதைத் தெரிந்துகொண்ட பறவைகளும் விலங்கினங்களும் மிக அமைதியாக,

எந்தச் சத்தமும் போடாமல் தொலைவில் சென்றுவிட்டன. கிளிகளும் குருவிகளும் காகங்களும் புறாக்களும் தூரத்தில் இருந்தபடி இரண்டு முனிவர்களையும் எட்டி எட்டிப் பார்த்துக் கொண்டன. எந்த ஆரவாரமும் இல்லாமல் வீசிய காற்று, மெல்ல அவர்களின் தேகங்களை வருடிக் கொடுத்துக்கொண்டு இருந்தது. போதாக்குறைக்கு, மகிழம்பூவும் வில்வமும் அன்றைக்குப் போட்டி போட்டுக்கொண்டு மணம் பரப்பிக்கொண்டு இருந்தன.

'திருப்பிடவூர் திருத்தலம்தானே இது?! பிறகு, திருக்கயிலாயம் என்று அசரீரி கேட்டதே, எப்படி?' - உள்ளே இந்தக் கேள்வி ஓடிக்கொண்டே இருக்க... 'ஆமாம், இது திருப்பிடவூர்தான்; இது திருக்கயிலாயம்தான்!' என்று மீண்டும் அசரீரி கேட்டது.

அவர்கள் இன்னும் இன்னும் அமிழ்ந்து போனார்கள். தன்னுள் தான் கரைந்த நிலைக்குச் சென்றார்கள். 'திருப்பிடவூர்... திருக்கயிலாயம். திருப்பிடவூர்... திருக்கயிலாயம். திருப்பிடவூர்... திருக்கயிலாயம்' என்று, நா அசைக்காமல், கண் திறக்காமல், உள்ளுக்குள் சொல்லிக்கொண்டே இருந்தனர்.

'திருககயிலாய ஞான உலா' எனும் நூல் அரங்கேறிய திருத்தலம் திருப்பிடவூர் எனும் இந்தப் புண்ணிய பூமியில்...' என உள்ளுக்குள் கேட்ட கேள்விக்கு உள்ளுக்குள்ளேயே பதில் கிடைத்தது.

'என் இனிய தோழன், 'திருக்கயிலாய ஞான உலா'வை எழுதியிருக்கிறான். அதைத் திருக்கயிலாயத்திலேயே வெளியிட வேண்டும் என்பது எங்களின் விருப்பம்' என்று சிவபெருமானிடம் சுந்தரர் சொல்ல... 'அப்படியே ஆகட்டும்! அதைத் திருப்பிடவூர் தலத்தில் அரங்கேற்றுக!' என அருளினார் சிவபெருமான்.

அடியவரும், ஆண்டவனின் நெருங்கிய சிநேகிதனுமான சுந்தரருக்கு வந்ததே கோபம்..! 'திருக்கயிலாய ஞான உலாவை திருப்பிடவூர் தலத்தில் அரங் கேற்றுவதா?' என முகத்தைத் தூக்கி வைத்துக்கொண்டு கேட்டார் சுந்தரர்.

'திருப்பிடவூர் பூமி, புண்ணிய பூமி. அது திருக்கயிலாயத்துக்குச் சமமான தலம். நான் இருக்கும் இடம்தானே திருக்கயிலாயம்?! அப்படியெனில், திருப்பிடவூர் தான் திருக்கயிலாயம்; திருக் கயிலாயம்தான் திருப்பிடவூர். நீ திருப்பிடவூரில் அரங்கேற்றினால் அது திருக்கயிலாயத்தில் அரங் கேற்றியதற்கு ஈடானது. எனவே, அங்கே சென்று அரங்கேற்றுக!' என அருளினார் சிவனார். அதைக் கேட்டுப் பரவசமான சுந்தரர், உடனே தன் தோழரான சேரமான் பெருமானை அழைத்துக்கொண்டு விறுவிறுவென திருப்பிடவூர் நோக்கிப் பயணித்தார்.

எப்போதோ நடந்தவற்றை, இறைவனின் பேரருளால் வியாக்ர பாதரும் பதஞ்சலி முனிவரும் கண்கூடாகப் பார்த்தபடி இருந்தனர். அவர்களின் தவம் தொடர்ந்தது; அந்தக் காட்சிகளும் விரிந்தன.

அங்கே... திருப்பிடவூர் என்றும், திருப்பட்டூர் என்றும் சொல்லப்படுகிற அந்த அற்புதபூமி, திருக்கயிலாய ஞான உலாவின் அரங்கேற்றத்துக்கும், மற்றுமொரு பரவசத்துக்கும் தயாராகிக் கொண்டு இருந்தது.

சுந்தரர்

சுந்தரமூர்த்தி நாயனாருக்குத் தாங்க முடியாத சந்தோஷம். இறைவன் சிவபெருமானையே தன்னுடைய இனிய ஸ்நேகிதனாக, அன்புக்கு உரிய தோழனாகக்கொண்ட சுந்தரர்... மற்றவர்களுடன் பிரியம் வைத்து, பரஸ்பரம் நட்பு பாராட்டுவது, பெரிய சாதனையா என்ன?!

கடவுளையே நண்பனாக வரித்துக்கொண்ட சுந்தரர், வழக்கத்தைவிட அன்று ஆனந்தத்தில் திளைத்தார். அவருடைய திருமுகம், மெல்லிய புன்னகை பூத்த உதடுகளும் சந்தோஷத்தில் மின்னுகிற கண்களும் கொண்டு, இன்னும் இன்னும் தேஜஸ் நிரம்பியிருந்தது. அவருடைய ஆள்காட்டிவிரலும் கட்டைவிரலும் ஒன்றை யொன்று உரசியபடியே, ருத்திராட்ச மாலையை உருட்டிக்கொண்டு இருக்கிற பாவனையிலேயே இருந்தன. உள்ளே சிவநாமம் ஓடிக்கொண்டே இருந்தது. 'வா நண்பா... வா' என்று மிகுந்த கனிவுடன் ஆழ்ந்த வாஞ்சையுடன் நண்பனை உள்ளுக்குள் மானசீகமாக வரவேற்றபடி இருந்தார் சுந்தரர். கயிலாயப் பயணம் இனிதே

நடந்தேறட்டும் என எண்ணியபடியே, நண்பனைப் பார்க்கிற ஆவலுடன் பயணப்பட்டுக்கொண்டு இருந்தார் சுந்தரர்.

அந்த நண்பன், தென்னாடுடைய சிவனாரா? இல்லை; எந்நாட்டவர்க்கும் இறைவனாம் சிவனாரைத் துதித்துப் போற்றுகிறத் தொண்டர். அவர்... சேரமான் நாயனார். எத்தனையோ முறை திருக்கயிலாயத்துக்குச் சென்று, ஆடல்வல்லானை தரிசித்திருந்தாலும், இந்த முறை நண்பன் சேரமான் பெருமானுக்காக, திருக்கயிலாயம் நோக்கிப் பயணப்பட்டார் சுந்தரர்.

'என்ன காரணம் என்று தெரியவில்லை. சுந்தரர் திருக்கயிலாயத்துக்கு வருகிறாராம். ஐராவதத்தை அனுப்பி வைத்து, அவர் இங்கே வருவதற்கு ஏற்பாடு செய்யுங்கள்' என தேவர்கள் ஒருவரையொருவர் ஏவிவிட்டுக்கொண்டு, பரபரத்தபடி இருந்தனர். 'வரவேற்பு ஏற்பாடுகள் சரிவர இருக்கட்டும். அப்படியில்லை எனில், தோழனையும் தோழமையையும் அவமதித்ததாகக் கோபம் கொள்வார் சிவபெருமான்' என்கிற கவனத்துடனும் இறைவன் மீது ஈடு இணையற்ற பக்திகொண்டு இருக்கிற சுந்தரரைக் காணும் ஆவலுடனும் குதூகலத்துடன் திகழ்ந்தது திருக்கயிலாயம்.

'சாதாரணக் காரியமா செய்திருக்கிறான், நண்பன் சேரமான்?! அரிதான ஒரு காரியத்தை, மிக எளிதாகச் செய்து முடித்து இருக்கிறானே?' என்று சேரனை நினைத்துப் பூரித்துப்போயிருந்தார் சுந்தரர். 'நானாவது அந்தப் பரம்பொருளை, என் சிவத்தை, இனிய தோழனாக நினைத்தேன். ஆனால், இந்த சேரமான், கடவுளையே காதலிக்கிறானே?! அந்தக் காதலில், கசிந்துருகி, கவிதையெனப் பொழிந்து தள்ளிவிட்டானே?!' என வியந்தார்.

'அதுவும்... எப்படி? சேரமான் காதலனாம். சிவபெருமான் அவனுடைய காதலியாம்! எனவே, தன் அன்புக்கும் ஆசைக்கும் உரிய காதலியான சிவனாரைப் பார்த்து, பரவசமும் பக்தியும் மேலிட வாஞ்சையும் வாத்ஸல்யமும் பொங்கிப் பிரவாகிக்க, இறைவனைப் பெண்ணாகவே பாவித்து அற்புதமாக எழுதியிருக்கிறான். அதற்கு 'திருக்கயிலாய ஞான உலா' என்று என்ன அழகாக பெயர் சூட்டியிருக்கிறான்?!' என்று நண்பனின் பக்தியையும் அவருடைய திறனையும் கண்டு, உள்ளுக்குள் பாராட்டியபடி இருந்தார் சுந்தரர்!

'திருக்கயிலாய ஞான உலா என்று உன்னுடைய நூலுக்குப் பெயர் சூட்டிவிட்டு, இங்கேயே அரங்கேற்றினால், பொருத்தமாகவா இருக்கும்? வா... திருக்கயிலாயத்துக்கு உன்னை அழைத்துச் செல்கிறேன். அங்கேயே, இந்த நூலை அரங்கேற்றுவோம்' என்று தோழன் சேரமானிடம் சொன்னதை... 'இதோ நிறைவேற்றும்

திருப்பட்டூர் அற்புதங்கள்!

வேளை நெருங்கிவிட்டது' என்று மனம் கொள்ளாத மகிழ்ச்சி அவருக்கு! மகிழ்ச்சியும் ஆனந்தமும், சுகமும் பூரிப்புமாக பயணம் அமைந்துவிட்டால், அந்தப் பயணத்தின் நிறைவில், அதாவது சென்றடையும் இடத்தில், பயணக் களைப்பு இருக்காது; அசதிக்கும் அலுப்புக்கும் அங்கே இடமில்லை.

சோழ தேசத்தில் இருந்து சுந்தரர் ஐராவதத்தில் அமர்ந்து வந்துகொண்டிருக்க, சேர தேசத்தில் இருந்து சேரமான் நாயனார் குதிரையில் பறந்துகொண்டு இருந்தார், திருக்கயிலாயம் நோக்கி! 'ம்... சீக்கிரம், சீக்கிரம்' என்று குதிரையை விரட்டிக்கொண்டே இருந்தார். ஆனால், அந்தக் குதிரை அவருடைய மனவேகத்துக்கு ஈடுகொடுக்க முடியாமல் திணறியது. தவிப்பும் பரபரப்புமாக மருகியவருக்கு, சட்டென்று ஓர் எண்ணம்... முகம் மலர்ந்த சேரமான், அந்தக் குதிரையின் காதில், பஞ்சாட்சர மந்திரத்தைச் சொல்ல... அவ்வளவுதான்... குதிரை இன்னும் இன்னும் எனப் பறந்தது. அதன் வேகத்தில் மேகங்கள் வேக வேகமாகக் கலைந்து, வழிவிட்டன.

குதிரையின் பிடரியைச் செல்லமாக வருடிக்கொடுத்தார். அப்போது, 'இந்தத் திருக்கயிலாயத்தைத் தரிசிக்கவும் சிவனாரை நேரில் காணும் பாக்கியத்தையும் எனக்குத் தந்தருளிய சுந்தரா... என் இனிய ஸ்நேகிதா! உலகம் உள்ளவரை

விகடன் பிரசுரம்

உன் புகழிருக்கும். என்னே உன் பெருந்தன்மை?!' எனச் சுந்தரரை வணங்கியபடி, பயணித்தார் சேரமான்.

திருக்கயிலாயம்! மூவுலகையும் கட்டிக் காக்கிற கயிலாயநாதன் குடிகொண்டிருக்கும் அற்புதத் திருவிடம். அந்த இடத்தை நெருங்க நெருங்க... நெக்குருகிப் போனார் சேரமான். கூடவே, ஒரு திருப்தி... சுந்தரமூர்த்தி நாயனாருக்கு முன்னதாகவே வந்துவிட்டோம். அப்பாடா... என்று நிம்மதிப் பெருமூச்சுவிட்டார். பின்னே... சுந்தரமூர்த்தி நாயனாருக்கு முன்பாகவே வந்து, நிற்பதுதானே மரியாதை?!

ஆனால், நுழைவாயிலில் நின்றிருந்த பூதகணங்கள், அவரை வழிமறித்தனர்; 'உள்ளே விடமுடியாது' என மறுத்தனர். 'உடனே பூலோகம் செல்வாயாக!' என எச்சரித்தனர். 'உமக்கெல்லாம் இங்கே அனுமதியில்லை; சிவனாரைத் தரிசிக்கவும் முடியாது' என்றனர். கையில், திருக்கயிலாய ஞான உலா ஓலைச் சுவடியும் மனதுள் கவலையும் துக்கமும் பொங்க... இருண்ட முகத்துடன், தலைகுனிந்து நின்றார் சேரமான் நாயனார்!

இவை அனைத்தையும் அறிந்த சிவனாரும் உமையவளும் ஒருவரை ஒருவர் பார்த்துக்கொண்டனர்; மெல்ல புன்னகைத்தனர்.

பிறகு, ஐராவதமும் சுந்தரரும் வருகின்ற திசை பார்த்தனர்.

ஐராவதம் என்கிற யானை, சுந்தரரைச் சுமந்தபடி, வேகமாகப் பறந்து வந்துகொண்டு இருந்தது!

சேரமான்

இந்த உலகிலேயே, மிகப் பெரிய அவமானம் எது தெரியுமா? கத்தியால் குத்தினாலோ, வாளால் அறுத்தாலோ வருவதைவிட நூறு மடங்கு வலியும் வேதனையும் தருவது எது என்று அறிவீர்களா? ஒருவரின் மொத்த கம்பீரத்தையும் தொலைத்து, கூனிக் குறுகச் செய்வது எது தெரியுமா? புறக்கணிப்புதான்! புறக்கணிப்பைப் போன்று கொடிதானது எதுவுமில்லை.

கடும் சொற்களால் காயப்படுத்த வேண்டும் என்றில்லை. ஒற்றை வார்த்தை கூடப் பேசாமல் ஒதுங்கி இருந்துவிட்டாலே, அந்தப் புறக்கணிப்பைத் தாங்க முடியாமல் மனம் கதறும். ரத்தம் கசிகிற வேதனையில் துடிதுடிக்கும்.

சேரமான் நாயனார் சிந்தித்தபடியே கயிலாயத்தின் வாசலில் நின்றிருந்தார். அவரது நாடி-நரம்பெல்லாம் தளர்ந்து விட்டிருந்தது. முகத்தில் இருள் படர, கம்பீரம் மொத்தத்தையும் இழந்து சுந்தரர் வருகிற திசை நோக்கிக் காத்திருந்தார்.

திருப்பட்டூர் அற்புதங்கள்!

'சதாசர்வ காலமும் சிவனாரையே தொழுதிருந்தாலும், ஏதோ தவறு செய்திருக்கிறேன் போலும்' என யோசித்து யோசித்துப் பார்த்தார். 'சிவத்தைக் காதலியாக வரித்து, பூரித்துப் பாட்டு எழுதியது தவறோ..! தெய்வத்தை தெய்வமாகவே கருதாமல் பெண்ணாக, காதலியாக நினைத்தது பிசகோ..? சிவம் என்பது ஆண் அல்லவே..! ஆண்-பெண் பேதம் என்பதெல்லாம் சரீரத்துக்கு தானே? இறைச் சக்தியில் ஆணுமில்லை; பெண்ணுமில்லையே?! ஒருவேளை... 'என் கணவரை, நீ காதலியாகப் பார்த்தது தவறு' என்று பார்வதிதேவியாள் நினைத்துவிட்டாளா?! அவளது கோபம்தான் இப்படி என்னைக் கூனிக்குறுக நிற்க வைத்துவிட்டதா?!' - பலவாறாகச் சிந்தித்தார் சேரமான் நாயனார். அப்படிச் சிந்திக்கச் சிந்திக்க, இன்னும் இன்னும் குழப்பம்தான் மேலெழுந்தது. 'சுந்தரா... என் இனிய நண்பனே... சீக்கிரம் வா! உன் தோளில் சாய்ந்து அழுதால்தான், என் மனக் காயங்கள் யாவையும் ஆறும். பாரங்கள் குறையும்' எனக் கண்கள் மூடி, மனதுக்குள் சுந்தரரை நினைத்துக்கொண்டார்.

கண் திறந்து பார்த்தபோது, எதிரே சிறு புள்ளியென, வெள்ளை வெளேரென்று அந்த ஐராவதம், தன் மொத்த உடலைத் தூக்கிக் கொண்டும், சுந்தரரை அமர்த்திக் கொண்டும் பறந்தவாறு, வேக வேகமாக நெருங்கிக்கொண்டு இருந்தது.

திருக்கயிலாய நுழைவாயிலில் நின்றது. சுந்தரர் இறங்குவதற்கு வசதியாக, தன் காதை அசைக்காதிருந்தது. தனது முன்னங்கால்களில் ஒன்றை மடித்து, மெல்லத் தூக்கியபடி நின்றது. அந்தக் காதைப் பிடித்துக்கொண்டு காலில் குதித்து, பிறகு நுழைவாயிலில் கால் வைத்தார் சுந்தரர். இரண்டு கைகளையும் தலைக்கு மேலே கொண்டு வந்து, 'என் ஐயனே... சிவனே... அடியேன் உன்னைத் தரிசிக்கும் பாக்கியம், இதோ... இப்போது!

'திருக்கயிலாய ஞான உலா' எழுதிய தோழன் சேரமான் நீடுழி வாழ்க! அவனால்தான் இந்தப் பாக்கியம் எனக்கு' என்று பிரார்த்தித்தவர், திரும்பி சேரமான் நாயனாரைப் பார்த்தார். அதிர்ச்சியானார். 'என்ன இது... தன் மொத்த தேஜஸையும் இழந்து நிற்கிறானே?!' என்று கலங்கினார்.

சுந்தரரைப் பார்த்ததும், ஓடிவந்து அவரின் தோளில் சாய்ந்து கொண்டார் சேரமான். மொத்த விவரத்தையும் சொல்லி முடிப்பதற்குள், அவரின் கண்களில் நீர் திரையிட்டது!

அனைத்தையும் கேட்ட சுந்தரர், சட்டென்று சேரமானின் கையைப் பிடித்துக்கொண்டு விறுவிறுவென திருக்கயிலாய வாசலுக்கு வந்தார். சுந்தரரைப் பார்த்ததும் சிவகணங்கள் மகிழ்ந்து வரவேற்றனர். தோளில் பூமாலைகள் அணிவிக்கப்பட்டன. மார்பில் சந்தனங்கள் பூசப்பட்டன. உடலில் பன்னீர் தெளிக்கப்பட்டது. சுந்தரருடன் வந்த சேரமானுக்கும் மாலை, மரியாதைகள் செய்தனர். சந்தனம் தடவினர். பன்னீர் தெளித்தனர்.

உலகின் விசித்திரம் இதுதான்! மிகப் பெரிய அவமானம் நடந்தேறிய துக்கத்தில் இருந்து விடுபடுவதற்குள்ளேயே, அந்த அவமானத்தால் ஏற்பட்ட காயம் ஆறுவதற்குள்ளேயே சட்டென்று ஒரு சந்தோஷம். மிகச் சிறப்பானதொரு மரியாதை. பூரித்துப் போனார் சேரமான். வாஞ்சையுடன் சுந்தரரைப் பார்த்தார். தனது கையைக் கோத்து இறுக்கிக்கொண்டிருந்த சுந்தரரின் கையை மெல்லத் தடவிக்கொடுத்தார். அதில் நன்றி தெரிந்தது. மனம் கொள்ளாத நிறைவு தெரிந்தது. எல்லையற்ற தோழமை வெளிப்பட்டது!

உள்ளே... தேவியுடன் நின்று வரவேற்றது பரம்பொருள். சிவ-சக்தியைக் கண்டதும் நெடுஞ்சாண்கிடையாக விழுந்து வணங்கினார் சேரமான். சுந்தரரும் நமஸ்கரித்தார்.

'என் தோழனே... இனிய சுந்தரா! என்ன வேண்டும் உனக்கு!' என்று கேட்டார் சிவனார்.

"இதோ நிற்கிறானே சேரமான்... உங்களின் பக்தன் இவன். சொல்லப்போனால் என்னைவிட அதிக அளவு, உங்கள் மீது பக்தி கொண்டிருப்பவன் இவன். 'திருக்கயிலாய ஞான உலா' எனும் தலைப்பில், மிக அருமையான பாடல்களைப் படைத்திருக்கிறான். இதை, இங்கே... திருக்கயிலாயத்தில் வெளியிட்டால் நன்றாக இருக்கும் என்றுதான் இவனை அழைத்து வந்தேன்" என்றார் சுந்தரர்.

இதைக்கேட்ட சிவபெருமான், "நல்லது. திருக்கயிலாயத்தை அனைவரும் அறிவார்கள். ஆனால், திருக்கயிலாயத்துக்கு இணையான தலம் ஒன்றிருப்பதைப் பலரும் அறியவில்லை சுந்தரா! அந்தத் தலத்தில், 'திருக்கயிலாய ஞான உலா'வை அரங்கேற்றினால், என்ன? திருக்கயிலாயத்துக்கு இணையான தலத்தில், சிவ-சக்தியாகிய எங்களின் பூரண சக்தியானது, அனவரதமும் குடிகொண்டு அருள்பாலித்து வருகிறது. அதனால்தான், அரங்கேற்றத்தை அங்கே

வைத்துக்கொள்ளலாம் என்று சொல்கிறேன் சுந்தரா... கோபம் கொள்ளாதே!" என்று தோழனிடம் வாஞ்சையாகச் சொன்னார். பின்னர், பார்வதியின் பக்கம் திரும்பி, "என்ன... சரிதானே தேவி?" என்று கேட்க... "ஆமாம், ஆமாம்... சுந்தரரின் இஷ்டத்தையும் கேட்டுச் செயல்படுங்கள். ஏனெனில், மூக்குக்கு மேலே கோபம் வந்துவிடும், அவருக்கு! அது சரி... உங்களின் ஸ்நேகிதர் உங்களைப் போலத்தானே இருப்பார்!" என்று சொல்லிப் புன்னகைத்தாள் தேவி. தேவர்கள் உட்பட, அங்கிருந்த அனைவரும் சிரித்தனர். அந்தச் சிரிப்பில், அந்த இடமே மகிழ்ச்சியில் திளைத்தது.

"சரி... உங்களின் திருவுளப்படியே, பூலோகத்தில் திருக்கயிலாயத்துக்கு இணையான திருத்தலத்தில் அரங்கேற்றுவோம்" என்று சொல்லிவிட்டு, சேரமானைப் பார்த்தார் சுந்தரர். சேரமான் மெல்லத் தலையசைத்தவாறு, "ஆமாம்... அந்தத் திருத்தலம் எங்கே இருக்கிறது? தலத்தின் பெயர் என்ன?" என்று கேட்டார்.

விவரங்கள் சொல்லிவிட்டு, "தலத்தின் பெயர்... திருப்பிடவூர்" என்றார் சிவனார். "திருப்பிடவூர்... திருப்பிடவூர்... திருப்பிடவூர்" என்று மூன்று முறை வாய்விட்டு உச்சரித்த சுந்தரர், "இப்போதே அங்கே செல்கிறோம். இந்த ஓலை நறுக்குகளை உங்களின் திருவடிகளில் வைக்கிறோம். அருளுங்கள் ஸ்வாமி!" என்றபடி, சேரமானிடம் இருந்து ஓலை நறுக்குகளை வாங்கி, சிவனாருக்கு அருகே வந்தார். சேரமானும் உடன் வந்தார். ஓலை நறுக்குகளை இரண்டு பேருமாக சிவனாரின் திருப்பாதத்தில் சமர்ப்பித்தனர்.

"உங்களுக்குப் பக்கத்துணையாக, அரங்கேற்றத்துக்கான தலைமைப் பொறுப்பேற்று நடத்துவதற்கு இவரை அனுப்புகிறேன். உங்களுக்குக் கூடுதல் பலமாக அவர் இருப்பார்" என்று சொல்லி, அந்தச் சபையில் இருந்த ஒரு முக்கியப் புள்ளியை அருகில் அழைத்தார் சிவனார். ஓலை நறுக்குகளை எடுத்து அவரிடம் கொடுத்தார். மூவரையும் கைதூக்கி ஆசீர்வதித்தார்.

சுந்தரரும் சேரமானும் சிவப் பரம்பொருளை நமஸ்கரித்துவிட்டுக் கிளம்பினர். அவர்களுடன், ஓலை நறுக்குகளை நெஞ்சில் அணைத்தவாறு அந்த முக்கியப் புள்ளியும் வந்தார்.

அவர்... மாசாத்தனார்; அதாவது சாஸ்தா!

இவர்கள் கிளம்பிய அந்தக் கணமே, சிவகணங்கள் திருப்பிடவூர் எனச் சொல்லப்படும் திருப்பட்டூரில் முகாமிட்டனர். எட்டுத் திசையிலும் பிரிந்து சென்று, எந்தத் தீய சக்தியையும் உள்ளே நுழையவிடாமல் தடுத்தனர்; காவல் காத்தனர்.

திருப்பட்டூர் இன்னும் இன்னும் பொலிவானது; செழிப்பானது!

திருக்கயிலாய ஞான உலா

நல்ல காரியத்தைச் செய்வதற்கு, நல்ல நேரம் பார்க்கத் தேவையில்லை. அது நல்ல காரியமாக இருக்கும்பட்சத்தில், அந்தக் காரியத்தைச் செய்ய வேண்டும் என்று மனதுள் எப்போது தோன்றுகிறதோ, அந்தத் தருணத்தில் இருந்தே துவங்கிவிடுகிறது, நல்ல காலம்! அருகில் இருப்பவர்கள்தான் அந்தக் காரியத்துக்குத் துணை நிற்க வேண்டும், பக்கபலமாக இருக்க வேண்டும் என்பதில்லை. அந்தத் தெய்வமே துணை நிற்கும். அரவணைக்கும்; வழி நடத்தும். ஆசீர்வதிக்கும்; அருள்பாலிக்கும்!

சேரமான் நாயனாருக்கும் அவர்தம் திருக்கயிலாய ஞான உலாவுக்கும், அருகில் இருந்த சுந்தரரும் துணை நின்றார். அந்தத் தெய்வமும் துணை நின்றது. அரங்கேற்றும் இடத்தைச் சிவம் சொல்ல... அந்தக் கணமே சிவகணங்கள் திருப்பிடவூர் தலத்தைச் சூழ்ந்துகொண்டன. முக்கியமாக, சேரமான் நாயனாரின் ஓலை நறுக்குகளை வாங்கி, 'சிவம் சிவம் சிவம்' என்று சொல்லி கண்களில் ஒற்றிக்கொண்டு, சிரசில் வைத்துக்கொண்டு,

நெஞ்சில் வைத்து அணைத்தபடி திருப்பிடவூர் திருத்தலத்துக்கு வந்தார் மாசாத்தனார்.

மாசாத்தனாரை சாஸ்தா என்றும், அய்யனார் என்றும் அழைப்பார்கள். தமிழகத்தின் பல ஊர்களில், ஊரின் எல்லைப் பகுதிகளில், சாலையோரங்களில் அய்யனார் கோயிலைப் பார்த்திருப்பீர்கள். ஆனால், ஊரின் மையப் பகுதியில், மிகப் பெரிய ஆலயமாக, கருங்கல்லால் பிரமாண்டமாகக் கட்டப்பட்ட கோயிலில் குடிகொண்டிருக்கும் சாஸ்தா கோயிலை எங்கேனும் பார்த்திருக்கிறீர்களா? திருப்பிடவூருக்கு வந்து பாருங்கள்; ஆலயக் கட்டுமானத்தைக் கண்டு வியப்பில் திக்குமுக்காடிப் போவீர்கள்.

இதோ... திருக்கயிலாய ஞான உலா அரங்கேறும் தருணத்தில் நிற்கிறோம். ஆடி மாதத்தின் சுவாதி நட்சத்திர நன்னாளில், திருப்பிடவூர் திருத்தலமே விழாக்கோலம் பூண்டிருந்தது. வில்வமும் மகிழம்பூவும் சூழ்ந்த அந்த வனத்தின் மையப்பகுதியில்தான்

திருக்கயிலாய ஞான உலா அரங்கேறியது. பிற்பாடு திருப்பிடவூர் தலத்தின் மகிமையை அறிந்த மன்னர்கள், ஞான உலா அரங்கேறிய இடத்தில் மாசாத்தனாருக்கு அழகிய ஆலயத்தை அமைத்து வழிபடத் துவங்கினார்கள்.

தேசத்தின் எந்தவொரு நல்ல விஷயம் நடந்தேறுவதாக இருந்தாலும், அல்லது எதிரிகளின் தேசத்துக்குப் போர் தொடுக்கக் கிளம்பினாலும், தஞ்சை தேசத்தில் இருந்து திருச்சிராப்பள்ளிக்கு வந்து, காவிரியையும் கொள்ளிடத்தையும் கடந்து, மாசாத்தனாருக்குப் படையல் போட்டு, பூஜைகள் நடத்தி வழிபட்ட பிறகே, அந்தக் காரியத்தில் இறங்கினார்கள் மன்னர் பெருமக்கள். தேசம் செழிக்கச் செழிக்க, எதிரிகளைப் படையெடுத்து ஜெயிக்க ஜெயிக்க, மாசாத்தனாருக்கு அனுதினமும் பூஜைகள் நடந்தேறுவதற்காக, ஏராளமான நிவந்தங்கள் அளித்தனர். ஆடுகளையும் மாடுகளையும், நிலங்களையும் குளங்களையும் தானமாகத் தந்தனர். வருடந்தோறும் ஆடி மாதத்தின் சுவாதி நட்சத்திர நன்னாளின்போது திருப்பிடவூர் என்கிற திருப்பட்டூர் தலத்தில் உள்ள மாசாத்தனார் கோயிலில் சீரும் சிறப்புமாக நடைபெறுகிறது, திருக்கயிலாய ஞான உலா அரங்கேற்ற நாள் விழா!

அடடா... இந்த இடத்தில்தான் சுந்தரர் நின்றிருந்தாரா?! சேரமான் நாயனார், அரங்கேற்றுகிற பதற்றத்துடனும், இறைவனே வந்து கலந்து கொள்ளப்போகிற விழா இது என்கிற பெருமிதத்துடனும் இந்த இடத்தில்தான் குறுக்கும் நெடுக்குமாக நடந்து, பவ்யமாகவும் படபடப்பாகவும் இருந்தாரா! சிவகணங்களும் சிவனடியார்களும் சூழ்ந்திருக்க... எல்லார் செவிகளிலும் மனங்களிலும் 'நமசிவாயம் நமசிவாயம்' எனும் அட்சரம் ஓயாது ஒலித்துக்கொண்டு இருந்தது, இந்த இடத்தில்தானா? ஓலை நறுக்குகளை வைத்துக்கொண்டு, 'எத்தனை பெரிய பொறுப்பு இது! என் சிவனே...' என்று ஆனந்தத்தில் கண்ணீர் வழிய, மாசாத்தனார் இந்த இடத்தில் இருந்தபடிதான் நெகிழ்ந்து நெக்குருகிப் போனாரா!

தன் அடியார், தன்னைப் பற்றி எழுதியதை அரங்கேற்றுவதற்காக சிவ பெருமான் தன் மனைவி உமையவள் சகிதமாக வந்திருந்து, வில்வமும் மகிழம்பூவும் இரண்டறக் கலந்த நறுமணத்துக்கு நடுவில் அனைவருக்கும் திருக்காட்சி தந்து ஆசீர்வதித்தது, இந்தத் திருவிடத்தில் இருந்துதானா?

நினைக்க நினைக்க, நெஞ்சமே நிறைந்துபோகிறது. திருப்பிடவூர் தலத்தில் உள்ள மாசாத்தனார் கோயிலின் ஒவ்வொரு கல்லையும் மெல்லத் தடவிப் பார்க்க, தொட்டு உணர... சிலிர்த்து நிற்கிறோம், அந்த இடத்தில்! சர்வமும் சிவமாக, சிவமே சர்வமாக நிறைந்திருக்கிற திருப்பட்டூர் திருத்தலம், எப்பேர்ப்பட்ட புண்ணிய பூமி!

சிவப்பரம்பொருள், தன் அடியவர்கள் பலரையும், ஒவ்வொரு காலகட்டத்தில், ஒவ்வொரு சூழலில் இந்தத் தலத்துக்கு அழைத்து வந்து திருவிளையாடலை நிகழ்த்தியிருக்கிறார். ஆயிரங்கள் பல கடந்த வருடங்களாக, கலாசாரங்களும் சூழல்களும் தட தடவென மாறிக்கொண்டே இருக்கிற இந்தப் பரந்துபட்ட பூமியில், அவற்றையெல்லாம் கடந்து, இன்றைக்கும் சாட்சியாகவும் சாந்நித்தியம் குறையாமலும் நம் கண்முன்னே பிரமாண்டம் காட்டி நிற்கின்றன திருப்பட்டூர் ஆலயங்கள்!

திருப்பிடவூர் வனத்தின் ஒரு மூலையில் வியாக்ரபாதரும் பதஞ்சலி முனிவரும் வழிபட்டு, சதாசிவத்தை சதாசர்வகாலமும் தவம் செய்து, ஆனந்தக் கூத்தாடி மகிழ்ந்தனர்.

இன்னொரு பக்கத்தில், சேரமான் நாயனாரும் சுந்தரரும் நெகிழ்ந்து வணங்கிப் பேறு பெற்ற அற்புதமான திருவிடம். மாசாத்தனார் ஓலைநறுக்குகளுடன் காட்சி தரும் விக்கிரகத் திருமேனியை, கோயிலின் மூலமூர்த்தமாக இன்றைக்கும் தரிசிக்கலாம்!

திருப்பட்டூர் மாசாத்தனார் கோயிலுக்குச் சென்று, அங்கே அவருடைய சந்நிதியைப் பார்த்தபடி, ஓரிடத்தில் அமர்ந்து, ஒரு பத்து நிமிடம் கண்களை மூடி, சாத்தனாருடன் மனதாரப் பேசுங்கள். புதியதொரு அனுபவத்தை உணர்ந்து சிலிர்ப்பீர்கள்!

சாஸ்தா, சாத்தனார், அய்யனார் என்றெல்லாம் அழைக்கப்படுகிற மாசாத்தனார் எப்பேர்ப்பட்டவர் தெரியுமா? எப்படியெல்லாம் அருள்பாலிப்பார் தெரியுமா?

சாத்தனார்

'இந்த என்னுடைய வெற்றிக்கு, நானே காரணம்' என்று நினைப்பது ஒருவகை. 'இறையருளே என்னை முயற்சி செய்யத் தூண்டியது. இறையருளே என் முயற்சிகள் அனைத்திலும் பக்கத் துணையாக இருந்து காத்தது' என்று சொல்வது இன்னொரு வகை. முதல் வகை ஒருவனது கர்வத்தைப் பறைசாற்றும். அடுத்த வகை, அவனுடைய இறைபக்தியை உணர்த்துவதாக இருக்கும். அந்தக் காலத்தில், மன்னர்கள் பலரும் இரண்டாவது வகையினராகத்தான் இருந்தார்கள். அதனால்தான், இன்றைக்கும் இறவாப் புகழுடன் திகழ்கின்றனர்.

சைவமும் வைணவமும் செழித்து வளர்ந்த காலகட்டம் அது. குறிப்பாக, சோழ வளநாட்டில், மன்னர் பெருமக்கள் சிவாலயங்களைக் கட்டி வழிபடுவதில் மிகுந்த ஆர்வம் கொண்டிருந்தனர். அதே காலகட்டத்தில் சாத்தனார் வழிபாடுகளும் இருந்ததாகத் தெரிவிக்கின்றன சங்கநூல்கள். படைகளைத் திரட்டிக்கொண்டு எதிரி தேசத்துக்குக் கிளம்பு

வதற்கு முன்னால், சாத்தனாருக்கு மிகப்பெரிய படையலைப் போட்டுவிட்டு, 'இந்தச் செயலை வெற்றியாக்கிக் கொடு!' என்று கங்கணம் கட்டிக்கொண்டு, கிளம்புவார்கள் அரசர்கள். அதன்படி வெற்றியுடன் வந்ததும், முதல் வேலையாக சாத்தனாருக்கு வஸ்திரம் அணிவித்து, மலர்மாலைகள் சூட்டி, 'இந்த வெற்றிக்கு நீயே காரணம். உன்னுடைய அருளே காரணம்' என்று சொல்லி, தங்கள் உடைவாளைக் கழற்றி, சாத்தனாரின் திருவடியில் வைத்து, வழிபடுவார்கள். அவருக்குக் கோலாகலமாகப் படையல் நடைபெறும். அதேபோல், எதிரி தேசத்துக்குப் படைதிரட்டிச் செல்லும்போது, தேசத்தின் எல்லை மண்ணெடுத்து, அந்த மண்ணை சாத்தனாரின் திருவடிக்கு அருகில் வைத்து, 'இந்த தேசத்து மன்னனும் வீரர்களும் அந்நிய நாட்டுக்குச் செல்கின்றனர். காடு-மேடுகளில் படுத்துறங்கி, கிடைக்கிற உணவைச் சாப்பிட்டு, ஆயுதங்களைக் கொண்டு போர் செய்யும் அவர்கள், நலமுடன்

திரும்பி வர நீதான் அருள்புரியணும். அவர்கள் திரும்பி வரும்வரை, எதிரி தேசத்து காற்றுக்கூட புகாமல், நீதான் தேசத்தைக் காக்கணும்!' என வேண்டிக்கொண்டு, விரதம் மேற்கொள்வாராம் சாமியாடி. அப்படி விரதம் இருக்கும் நாட்களில், சாத்தனாருக்கு அருகிலேயே குடிசை போட்டுக்கொண்டு, அங்கேயே பூஜை செய்வாராம் சாமியாடி. இந்தத் தருணத்தில், எதிரி தேசத்தில் இருந்து ஒரு ஈ-காக்காகூட நுழைவதற்கு அனுமதிக்கமாட்டாராம் சாத்தனார். இப்படியாக... தேசம் செழிப்பதற்கும் நாட்டு மக்கள் சிறப்புடன் வாழ்வதற்கும் மண்ணும் பொன்னுமாக வளர்ந்து வளம் கொழிப்பதற்கும் அருளினார் சாத்தனார் என்கின்றன ஸ்தல புராணங்கள்.

சாத்தனார் வழிபாடு மெல்ல மெல்லப் பரவியது. பல்லவ தேசத்திலும் பாண்டிய நாட்டிலும் சாத்தனாருக்கு விக்கிரகம் அமைத்து, வழிபடத் துவங்கினார்கள் மக்கள். மாசாத்தனாரின் பேரருளை வியந்தவர்கள், கருவூர்ச் சேரமான் சாத்தான், பாண்டியன் கீரஞ்சாத்தான், சோழ நாட்டுப் பிடவூர்கிழார் மகன் பெருஞ்சாத்தான், ஒல்லையூர்கிழார் மகன் பெருஞ்சாத்தான் என தங்களது பெயரில் சாத்தனாரின் திருநாமத்தையும் சேர்த்துக் கொண்டனர். சீத்தலைச் சாத்தனார், உறையூர் முதுகன்னன் சாத்தனார், பெருந்தலைச் சாத்தனார் போன்ற பெருமக்கள் பலரும் சாத்தனார் என்றும் மாசாத்தனார் என்றும் அழைத்து, ஆண்டவனை மனமுருகப் பிரார்த்தித்தனர்.

திருமண்டபமுடைய நாயனார் என சாத்தனாரைப் போற்றி வணங்கியதாக சோழர்காலக் கல்வெட்டுகள் தெரிவிக்கின்றன.

அடுத்ததாக சாத்தன், சாத்தனார், மாசாத்தனார் என அழைத்தது மாறி, சாஸ்தா என வடமொழியில் அழைத்து அவரை வணங்கினர் சிலர். ஒரு சாரார் அய்யனார் எனத் தமிழில் திருநாமம் சூட்டி வழிபட்டனர்.

அய்யனார் கோயில் என்றால் ஊரின் எல்லையில்தானே அமைந்திருக்கும்? ஒரு சின்ன மேடையில், பெரிய பரந்தவெளியில், மேற்கூரையின்றிக் கோயில்கொண்டு இருக்கும் அய்யனார்தானே நம் கண்முன்னே வருகிறார்? பிரமாண்டமான, கற்றளிக் கோயிலாகத் திகழும் அய்யனார் கோயிலை அறிந்திருக்கிறீர்களா நீங்கள்?

தமிழ்கூறும் நல்லுலகில் திருச்சிக்கு அருகில் திருப்பிடவூர் என்றும் திருப்பட்டூர் என்றும் போற்றப்படுகிற தலத்தில் அய்யனாருக்கு பிரமாண்ட ஆலயம் அமைந்துள்ளது. இங்கே குடிகொண்டிருக்கும் சாத்தனார்தான், 'திருக்கயிலாய ஞான உலா' அரங்கேறுவதற்காக கையில் ஓலைச்சுவடிகளுடன் இங்கும் அங்குமாக இந்தத் தலத்தில் பரபரத்திருந்தவர்.

திருக்கரத்தில் 'திருக்கயிலாய ஞான உலா' சுவடிகளை ஏந்தியபடி, இந்தத் தலத்தின் கருவறையில் காட்சி தரும் அவரை வணங்குங்கள். முடிந்தால் வஸ்திரம் சார்த்துங்கள். கூடவே, இனிக்க இனிக்க சர்க்கரைப் பொங்கல் அல்லது குளிரக் குளிர தயிர்சாதம் அல்லது மணக்க மணக்கப் புளியோதரை என ஏதேனும் நைவேத்தியம் செய்து வழிபடுங்கள். வாழ்வின், அடுத்தடுத்த தருணங்களில் அவரின் அருளாடலை உணர்வீர்கள்!

பிரம்மனின் கர்வம்

'தீதும் நன்றும் பிறர் தர வாரா!' என்பது சத்தியமான வார்த்தை. வாழ்வில் நல்லதோ கெட்டதோ, சந்தோஷமோ துக்கமோ எதுவாக இருந்தாலும், அந்த விளைவுக்கு நாமே காரணம். நம்முடைய செயல்களைப் பொறுத்தே விளைவுகள் உருவாகின்றன. நமது செயல் நன்மையாக விளைவதற்கும், தீமையில் போய் முடிவதற்கும் எது காரணம் தெரியுமா? நம்முடைய எண்ணங்கள்தான்!

எண்ணங்கள், அதாவது நமது சிந்தனை சீராக இருந்தால் செயலும் சீராக இருக்கும். செயல் சீராக இருப்பின் அதனால் விளையக்கூடிய நிகழ்வுகளும் சரியாக இருக்கும். சிக்கலின்றி இருக்கும். 'எண்ணம் போல் வாழ்வு' என்று சும்மாவா சொன்னார்கள்!

ஆக... எண்ணங்கள், செயல்பாடுகள், அவற்றால் விளைகிற நிகழ்வுகள் ஆகிய அனைத்துமே ஒரே நேர்க்கோட்டில் இருக்க வேண்டும். அப்படி ஒரே நேர்க்கோட்டில் அமைந்து சரியான பாதையை நோக்கி வாழ்வானது செல்வதற்கு, எண்ணங்கள்

விகடன் பிரசுரம்

சிக்கல் இல்லாமல், குழப்பம் இல்லாமல் மிகத் தெளிவாக இருத்தல் அவசியம்.

இந்த உலகில், மிகப் பெரிய தீங்கை விளைவிக்கக்கூடியது கர்வம்தான்! கர்வம் என்பது 'நான்' என்கிற சிந்தனையின் மமதையின் உச்சம். 'நான்' என்கிற கர்வக் கொப்பளிப்பு ஒருவருக்கு இருந்தால், அவருக்கு ஆண்டவனின் பேரருள் எள்ளளவும் கிடைக்காது. அக்கம்பக்கத்தாரின் அன்பு கிஞ்சித்தும் கிடைப்பதற்கு வாய்ப்பில்லை. அதனால்தான் முனிவர்களும் யோகிகளும், ஞானிகளும் சித்தர்களும் 'நான்' என்பதைத் துறக்க, 'நான்' என்கிற கர்வத்தை அழிக்க கடும் தவம் மேற்கொண்டனர்.

அதற்காக வீட்டைத் துறந்தனர். செல்வங்களைத் தூக்கி எறிந்தனர். வனங்களில் பர்ணசாலைகள் அமைத்துத் தங்கினர். இடுப்பிலும் தோளிலும் உடுத்திக்கொண்டிருக்கிற ஆடைகளைத் தவிர, வேறு ஆடைகள் அவர்களிடம் இல்லை. கழுத்தில் அணிந்திருக்கிற ருத்திராட்சம் முதலான மாலைகளைத் தவிர, வேறு எந்த விலை உயர்ந்த ஆபரணங்களும் அவர்களிடம் கிடையாது.

'நீயே கதி' என்று இறைவனை நினைத்துக் கடும் தவத்தில் மூழ்கி, தன்னுள் இருக்கிற 'தான்' என்கிற மமதையை விட்டொழித்தனர். வீடுபேறு அடைந்தனர்.

எங்கே கர்வம் இல்லையோ, அங்கே கனிவு இருக்கும். யாரிடம் கனிவு உள்ளதோ, அவரிடம் கருணை ததும்பிக் கிடக்கும். கருணை உள்ளவர்கள் ஒருக்காலும் தன்னை முன்னிலைப்படுத்தியும், அடுத்தவரை ஏளனப்படுத்தியும் சிந்திக்க மாட்டார்கள். பிறரை மட்டம் தட்டிக் கர்வத்துடன் செயல்பட மாட்டார்கள். தன்னைப் போல் பிறரையும் நேசிக்கிற பக்குவம் அவர்களுக்குள் நிறைந்திருக்கும். 'நான்' என்கிற கர்வத்தைத் தொலைத்து விட்டவரால்தான், 'நீயே கதி' என்று கடவுளிடம் தன்னை ஒப்படைக்க முடியும். அதற்குப் பெயர் சரணாகதி! கர்வம் இல்லாத உள்ளத்தில் கடவுள் குடியிருப்பார் என்பது உறுதி. ஆகவே, சிந்தனையிலும் செயலிலும் கர்வம் என்பது துளிக்கூட தலைகாட்டாமல் இருப்பது மிக மிக அவசியம். கர்வத்தைத் தொலைத்தால், கடவுளைத் தேடுதல் எளிதாகும். மிக விரைவிலேயே கடவுளையும் அவரின் பேரருளையும் அடைந்துவிடமுடியும்.

சரி... மனிதன், கர்வத்தைத் தொலைத்தால் கடவுளை அடையலாம். அந்தக் கடவுளே கர்வத்துடன் இருந்தால்?!

'தாயைப் போல பிள்ளை; நூலைப் போல சேலை' என்பார்கள். தந்தை எவ்வழியோ, மகனும் அவ்வழி என்று சொல்வாரும் உண்டு. அதேபோல் படைத்தவன் எப்படியோ, அப்படித்தானே நாமும் இருப்போம்! ஆம்... நம்மைப் படைத்த பிரம்மாவே ஒரு நேரத்தில் கர்வக் கொப்பளிப்புடனும், இறுமாப்புடனும், மமதையுடனும் இருந்தார்.

'என்னதான் இருந்தாலும், மனிதன் சாதாரணன்; பிரம்மா கடவுளாயிற்றே! உயிர்கள் அனைத்தையும் படைத்தவன் அல்லவா?! உலக உயிர்கள் மொத்தத்தையும் படைத்த, படைத்துக் கொண்டிருக்கிற பிரம்மா கர்வத்துடன் இருந்தால்தான் என்ன! சக உயிர்களுக்குச் சின்னதாக ஓர் உதவி செய்துவிட்டு, அதற்காகக் காலமெல்லாம் கர்வம் பொங்க வாழ்கிறவர்கள் இருக்கிற உலகம் இது. அப்படியிருக்க, அனைத்தையும் படைத்த பிரம்மா கர்வம் கொள்வதில் தவறேதும் இல்லையே!' - இப்படியெல்லாம் நாம் சமாதானம் சொல்லிக்கொள்ளலாம்.

ஆனால், கர்வம் என்பது விஷ வித்து. கர்வம் ஒருவருக்குச் சிறிதளவே உள்ளது என்றாலும்கூட, அந்தச் சிறிதளவு கர்வமே மொத்தச் சிந்தனையிலும் பரவி, சிதைத்துப்போடும். நம் செயல்கள் யாவற்றையும் கலைத்துப்போடும். கர்வத்துடன் இருப்பவர்

கடவுளே ஆனாலும், அவருக்கும் தண்டனை உண்டு, வேதனைகள் உண்டு என்பதை வலியுறுத்துகின்றன புராணங்கள்.

பிரம்மதேவனும் ஒருமுறை அப்படியொரு கர்வத்தில் இருந்தார். அந்தக் கர்வம், அவரைப் படாதபாடு படுத்தியது. கர்வம் கொண்டது எவ்வளவு பெரிய தவறு என்பதைப் பின்பு உணர்ந்தார். கர்வத்தால் சாபம் பெற்று, அதற்கு விமோசனம் தேடி தலங்கள்தோறும் அலைந்தார்.

பிரம்மா

'நீ பெரியவனா, நான் பெரியவனா' என்பது கர்வத்தின் உச்சபட்ச சிந்தனை. அப்படியொரு சிந்தனை பிரம்மதேவனுக்கு எழுந்தது. 'உனக்கு நிகரானவன் நான். சொல்லப்போனால் இந்த உலகின் உயிர்களைப் படைத்துக்கொண்டு இருப்பவன் நான். எனவே, உன்னைவிடப் பெரியவன் நான்தான்' என்று பரம்பொருள் சிவனாரிடமே இறுமாப்புடன் பேசினார். 'உனக்கு நிகரானவன் நான். ஏனெனில், உனக்கும் ஐந்து தலைகள்; எனக்கும் ஐந்து தலைகள்' என்று சொல்லி எகத்தாளமாகச் சிரித்தார் பிரம்மா.

அங்கே... கர்வம் எனப்படுகிற ஆணவத்தால் அழிவே மிஞ்சும் என்பதை உலக உயிர்களுக்கு உணர்த்தத் திருவுளம் கொண்டார், சிவப் பரம்பொருள். சட்டென்று பிரம்மதேவனின் தலைகளில் ஒன்றைக் கொய்தார். அங்கே... பிரம்மாவின் தலைக்கனம் தட்டி வைக்கப்பட்டது.

துடித்துப் போனார் பிரம்மா. கதறினார்; கண்ணீர் விட்டார். 'மொத்த தலைகளும் போய்விட்டதா' என்று சிரங்களைத் தொட்டுத் தொட்டுப் பார்த்துக்கொண்டார்.

பிரம்மாவின் சிரசை சிவனார் கொய்தது, திருக்கண்டியூர் திருத்தலத்தில். தஞ்சாவூரில் இருந்து சுமார் 10 கி.மீ. தொலைவிலும், திருவையாறில் இருந்து சுமார் 2 கி.மீ. தொலைவிலும் உள்ளது இந்தத் திருத்தலம். இங்கே சிவனாரின் திருநாமம், பிரம்ம சிர கண்டீஸ்வரர்.

சரி... திருப்பட்டூர் திருத்தலத்துக்கும் திருக்கண்டியூர் தலத்துக்கும் என்ன சம்பந்தம் என்கிறீர்களா?

தன்னுடைய தலைக்கனத்தால் பிரம்மாவின் சிரசு பறிபோனது திருக்கண்டியூர் தலத்தில் என்றால், அந்தப் பிரம்மாவுக்கு சிவப் பரம்பொருள் பேரருள் புரிந்தது திருப்பட்டூர் திருத்தலத்தில்தான்!

பிரம்மா செய்த தவம்

'**த**லைவலியும் திருகுவலியும் தனக்கு வந்தால்தான் தெரியும்' என்பார்கள். வலியும் வேதனையும் மட்டும்தானா? எந்தவொரு நிகழ்வாக இருந்தாலும், அதை அனுபவித்தால்தான் உணர முடியும். உணர்ந்தால்தான் தெளிவு பெற முடியும்!

பால் பாயசமாக இருந்தாலும் சரி... பாகற்காயாக இருந்தாலும் சரி, சாப்பிட்டுப் பார்த்தால்தான், பாயசம் இனிப்பதையும் பாகற்காய் கசப்பதையும் அறிய முடியும். கெட்டதை அறிந்தால்தான் நல்லதும், வெயிலில் வாடினால்தான் நிழலும், தாகத்துக்குத் தவித்தால்தான் தண்ணீரின் பெருமையும் அறியமுடியும். படைப்புக் கடவுளாம் பிரம்மனும், கர்வம் என்பது எத்தனைக் கொடியதான சிந்தனை என்பதை உணர்ந்தார். 'இந்தத் தலைக்கனத்தால், என் தலைகளில் ஒன்றை இழந்துவிட்டேனே' என்று கலங்கினார். 'எனது ஆணவத்தால், படைப்புத் தொழிலும் அல்லவா பறிபோய்விட்டது' என்று அழுதார். 'எவ்வளவு பெரிய சிவநிந்தனைக்கு

ஆளாகியிருக்கிறேன்' என உணர்ந்து, வாடிப்போனார். 'என் கர்வம் மொத்தமும் காணாமல் போனது. என் இறுமாப்பு இன்றோடு அழிந்தது. ஆணவம் இந்த க்ஷணத்திலிருந்து அகன்றது. என் சிவமே, என்னை மன்னியுங்கள். உன் அடி-முடி தொடமுடியாமல் சோர்ந்து போனவர்களில் நானும் ஒருவன்தானே?! அதையெல்லாம் மறந்துவிட்டு, ஆணவம் தலைக்கேற, தடுமாறித்தான் போனது புத்தி. என்னை மன்னித்தருளுங்கள் ஸ்வாமி! அடியேனின் சாபத்துக்கு விமோசனம் தேடி, தலங்கள்தோறும் வந்து உம்மை ஒருமித்த நினைப்புடன் வணங்குகிறேன்' என்று தன் தவற்றை உணர்ந்து மன்றாடினார் பிரம்மதேவன்.

கர்வத்தில் கரைந்து, மார்தட்டிய பிரம்மன், இதயத்தில் சிவனாரை நிறுத்தி மானசிகமாக வேண்டினார். எப்படியேனும் தன்னுடைய படைப்புத் தொழிலைத் துவங்க வேண்டும் என்பதில் உறுதியாக இருந்தார். கர்வம் உள்ளுக்குள் இருப்பின் கடமையில் கவனம் சிதறும். எந்தவொரு வேலையையும் முழு ஈடுபாட்டுடன் செயலாற்ற முடியாது போகும். செயலில் தடுமாற்றம் ஏற்பட்டால் நல்லதொரு வேலைக்காரன், அருமையான படைப்பாளி என்று பெயரெடுக்க முடியாது. ஆகவே, உள்ளுக்குள் இருந்த கர்வத்தை வெளியே போட்டார் பிரம்மா. அதையடுத்து, அவரால்

தெளிவாகச் சிந்திக்க முடிந்தது. படைப்புத் தொழில் ஸ்தம்பித்துப் போனால், இந்த உலகம் என்னாகுமோ ஏதாகுமோ எனும் கவலை அதிகரித்தது.

கவலையும் ஏக்கமும் பொங்க, ஒவ்வொரு தலமாகச் சென்று, சிவப் பரம்பொருளைப் பிரார்த்திப்பதில் தன்னை ஈடுபடுத்திக் கொண்டார் பிரம்மன். அவர் எந்தத் தலங்களுக்கெல்லாம் சென்றாரோ, அங்கெல்லாம் புதிதாகத் தீர்த்தம் ஏற்படுத்தி, சிவலிங்கத்தை உண்டாக்கி, வில்வத் தழைகளால் அர்ச்சிப்பதை வழக்கமாகக் கொண்டார். ஒருகட்டத்தில்... 'அடேங்கப்பா... இந்த உலகில் பொருள் திருடுவதோ, ஒருவரை ஏளனம் செய்வதோ, பசியென வருவோருக்கு அன்னமிடாமல் இருப்பதோ பெரும் குற்றமில்லைபோல! எவர் பொருள் மீது ஆசை வைத்தாலும், எவருக்கும் எந்தவொரு உதவியும் செய்யாது போனாலும், அதுகூட மிகப் பெரிய அவச் செயலாகக் கருதப்படுவதில்லை போலும்! ஆனால், அகந்தை எனும் அரக்க சிந்தனை ஒருவருக்கு இருந்துவிட்டால், மற்ற எல்லாக் குணங்களும் வந்து அவனை ஆட்டிப்படைத்து அழித்துவிடும். கர்வம் என்கிற விஷ வித்து வளராமல் பார்த்துக்கொள்ளும் வரை வாழ்வாங்கு வாழலாம். மிகச் சின்னதாகவேனும் அந்த கர்வ வித்து வளர்ந்துவிட்டால் மமதை மயக்கத்தில் மூழ்கி சுக்குநூறாகப் போய்விடுவதைத் தவிர, வேறு வழியில்லை!' என நினைத்தபடியே இருந்தார் பிரம்மதேவர்.

'சரி... புரிகிறது. நம்மை வைத்து நமசிவாய நாயகன் உலகுக்கு ஏதோவொன்றை உணர்த்தப்போகிறார் என்பதை அறிய முடிகிறது. சிவமே... உன்னைச் சரணடைந்தேன். நமசிவாயம நமசிவாயம் நமசிவாயம்...' என்று சொல்லியபடி தனக்குள் கரைந்தார் பிரம்மதேவர். அப்போது ஓர் அசரீரி... 'மகிழ மரங்களும் வில்வ மரங்களும் சூழ்ந்த பகுதியைத் தேடிச் சென்று, அங்கே தவம் புரிவாயாக!' என்று கேட்டது.

அதன்படி தலங்கள் தலங்களாகத் தேடிக்கொண்டே வந்தார் பிரம்மா. ஒரு வளர்பிறை பிரதோஷ நாளில், அந்தி சாயும் அற்புதமான நேரத்தில், மகிழம்பூவும் வில்வமும் இணைந்து மணம் பரப்பிய அருமையான சூழலை உணர்ந்து, அந்த இடம் நோக்கி நகர்ந்தார். 'அற்புதமான இடம்! ஏதோவொரு திருவிளையாடலை நிகழ்த்துவதற்காக, உலக மக்களுக்கு உணர்த்துவதற்காகச் சிவனார் தேர்ந்தெடுத்திருக்கிற திருத்தலம் இதுதானா?!' என அந்தத் தலத்தின் அழகில் லயித்தார் பிரம்மா. அப்படியே ஓரிடத்தில் அமர்ந்து, கண்களை மூடி உமையொருபாகனின் திருவடியைப் பற்றிக்கொண்டார்.

பிரதோஷ வேளையில், அந்தப் பகுதியில் இன்னும் ரம்மியம் சூழ்ந்தது. அது வளர்பிறைக் காலம் என்பதால், இன்னும் பட்டொளியைப் பரப்பிக்கொண்டு இருந்தான் சந்திரன். அதுவரை சூரியனால் பூமியில் விழுந்து படர்ந்திருந்த வெப்பம் மறைந்துபோனது. மெல்லியதாகக் காற்று வீச... இதமான குளிர் தரைகளில் பரவி, மரங்களில் அமர்ந்து, பூக்களின் வாசத்தை எடுத்து காற்றில் கலக்கச் செய்துகொண்டு இருந்தது. பிரம்மா சிவநாமத்தில் மூழ்கியிருந்தார். 'என்னைக் கொண்டு நீங்கள் எந்த விளையாடலைச் செய்ய நினைத்தீர்களோ, அதைச் செய்து கொள்ளுங்கள்' என்று உள்ளுக்குள் தன்னை முழுவது மாக இறைவனிடம் ஒப்படைத்தார். இதுதான் சரணடைதல் என்பது! கர்வம் இருப்பவர்கள், ஒருபோதும் எவரிடமும் சரணடைய மாட்டார்கள். அதேபோல் கர்வமிருப்பவர்களைக் கடவுள் ஒருபோதும் ஆட்கொள்ள மாட்டார்.

நீண்ட நேரத்துக்குப் பிறகு, கண் விழித்தார் பிரம்மா. அதுவரை அவருக்கு ஏதேதோ கட்டளைகள் பிறப்பிக்கப்பட்டு இருந்தன. அவற்றையெல்லாம் ஒருமுறை நினைவுபடுத்திக் கொண்டார் பிரம்மா. சட்டென்று எழுந்தார். அந்த மகிழ மரத்தைக் கடந்து சற்றுத் தொலைவில் உள்ள இடத்துக்குச் சென்றவர், இரண்டு கைகளையும் கூப்பியபடி அந்த இடத்தையே வெறித்துப் பார்த்தார். அவ்வளவுதான்... அந்த இடத்தில் இருந்து மெல்ல மெல்லப் பிரவாகமெடுத்த தண்ணீர், ஒரு மிகப்பெரிய வட்ட வடிவில் தேங்கி நின்றது! அதில் இறங்கி நீராடினார் பிரம்மதேவன்.

பிறகு, மகிழ மரத்தடியில் அமர்ந்து கண்கள் மூடி சிவனாரை நினைத்து தவத்தில் மூழ்கினார். அவர் இருக்குமிடத்தைச் சுற்றிலும் ஒவ்வொரு சிவலிங்கமாகத் தோன்றியது. மொத்தம் 11 சிவ லிங்கங்கள். எழுந்து, ஒவ்வொரு லிங்கத் திருமேனியையும் நீரால் அபிஷேகித்தார். மகிழம் பூவாலும் வில்வ இலையாலும் அலங்கரித்தார்.

அந்த 11 சிவலிங்க மூர்த்தங்களும் 11 தலங்களில் குடிகொண்டு இருக்கிற இறைச் சக்திகள். பிரம்மாவுக்காக அங்கே அணி வகுத்து லிங்க மூர்த்தங்களாகத் தோன்றின. 12-வது லிங்கம்... பிரம்மபுரீஸ்வரர். ஆக, 12 சிவலிங்க மூர்த்தங்களையும், திருப்பட்டூர் பிரம்மபுரீஸ்வரர் ஆலயத்தில் இன்றைக்கும் தரிசிக்கலாம். 'பன்னிரண்டு ராசிக்காரர்களும் இங்கு வந்து தரிசித்தால் பெரும் புண்ணியம்' எனப் போற்றுகின்றனர் பக்தர் பெருமக்கள்.

அதேபோல், முதலில் தென்பட்ட பதினோரு சிவலிங்கத் திருமேனிகளும் எந்தெந்தத் தலத்து நாயகர்கள் தெரியுமா?

பிரம்ம சம்பத்கௌரி

'**அ**ப்பாடா...' என்று நிம்மதிப் பெருமூச்சு விடாதவர்களே இல்லை என்று சொல்லலாம். மிகப் பெரிய படபடப்புக்குப் பிறகு, அந்த இறுக்கத்தில் இருந்து கிடைக்கிற நிதானத்தை நம் மூச்சுக்காற்று மெல்லியதாக வரவேற்கிற அந்தச் சுகத்தை அனுபவிக்காதவர்களே இருக்க முடியாது.

பூரண சந்தோஷம் என்பது மட்டுமே மிகப் பெரிய சுகானுபவம் இல்லை. அதேபோல் துக்கித்துக் கிடக்கிற நிலையும் மிக வேதனைக்குரியதல்ல! சந்தோஷத்துக்குப் பின்னாலேயே வருகிற துக்கமானது, நம்மை ஒரேயடியாக நிலைகுலையச் செய்துவிடும். அதேபோல் துக்கத்துக்கு பின்னே வருகிற சிறியதொரு குதூகலமும் மிகப் பெரிய நிம்மதியைத் தரக்கூடியது. அந்த நிம்மதிக்கு இணையே இல்லை. 'போன உசுரு இப்பத்தான் திரும்பி வந்ததுபோல இருக்கு' என்று உள்ளுக்குள் பேரமைதியும் நிதானமும் வருகிற அந்த நிலை, மிக மிக உன்னதமானது; உயிர்ப்பானது!

விகடன் பிரசுரம்

திருப்பிடவூர் எனப்படும் திருப்பட்டூரில் மகிழ மரத்தடியில், ஒரு பிரதோஷ வேளையில்... 11 சிவலிங்கத் திருமேனிகளை வைத்து, இடையறாது பூஜித்து வந்த பிரம்மாவுக்கு, 'அப்பாடா' என்கிற நிம்மதி, உள்ளுக்குள் சுடர்விட்டது. மெல்லப் பிரகாசிக்கத் துவங்கியது. இழந்த தலையைப் பெறுகிறோமோ இல்லையோ... இழந்த படைப்புத் தொழில் திரும்பக் கிடைக்குமோ கிடைக்காதோ... ஆனால், சிவப் பரம்பொருளின் பேரருள் கிடைக்கப்போகிறது என்பதை உணர்ந்தார் பிரம்மா. 'என் சிவனே... என் சிவனே' என்று கண்கள் மூடி அரற்றியபடியே இருந்தார். இந்தத் திருத்தலம் மிகப்பெரிய உன்னதமான இடத்தை நோக்கி நகரப்போகிறது என்பதை சூட்சுமமாக அறிந்தார். நமசிவாய மந்திரத்துக்குள் இன்னும் இன்னும் கரைந்துபோனார். 'அடடா, 11 சிவலிங்கத் திருமேனிகள்... 11 புண்ணியத் தலங்கள்..! சிவனாரின் விளையாட்டு இங்கு அரங்கேறுவதில் என் பங்கும் இருக்கிறதா? என்ன கொடுப்பினை, என்ன கொடுப்பினை!' என உள்ளே நெகிழ்ந்து போனார் பிரம்மதேவன்.

இறையருளைத் தேடி..!

திருச்சிராப்பள்ளி மலையில் வீற்றிருக்கும் தாயுமானவர், காஞ்சி ஏகாம்பரேஸ்வரர், திருஆனைக்கா ஜம்புகேஸ்வரர், கயிலையில் அருளோச்சும் கயிலாசநாதர், திருவண்ணாமலை அருணாசலேஸ்வரர், காளஹஸ்தியின் காளத்திநாதர், லால்குடி சப்தரிஷீஸ்வரர், ஊட்டத்தூர் சுத்த ரத்தினேஸ்வரர் (தூய மாமணீஸ்வரர்), விருத்தாசலம் பழமலைநாதர் மற்றும் பாதாளேஸ்வரர், மண்டுகநாதர் என 11 தலங்களில் உள்ள 11 லிங்கத் திருமேனிகள் ஒருசேர உறைந்திருக்கும் அற்புத க்ஷேத்திரம் திருப்பட்டூர். 12-வது சிவலிங்கத் திருமேனி பிரம்மபுரீஸ்வரர்.

மனம் கனிந்த பூரிப்பும் நிறைவுமாக சிவனாரையே நினைந்து, தவத்தில் ஆழ்ந்திருந்த பிரம்மாவைச் சுற்றி, மெல்லிய நறுமணம் சூழ ஆரம்பித்தது. இருள் கவிந்திருந்த அந்த வேளையில், அவர் அமர்ந்திருந்த இடத்தில் மட்டும் எதிரில் வெளிச்சப் பாய் ஒன்று மெல்ல விரிந்தது. அந்த வெளிச்சம், மூடிய கண்களையும் கடந்து உள்ளே சென்று ஏதோ செய்தது. 'ம்... கண்ணைத் திற' என்று கட்டளையிடுவது போல் இருந்தது அது. பிரம்மதேவர் மெல்ல இயல்பு நிலைக்கு வந்து, கண்களைத் திறந்தார். எதிரில் விரிந்திருந்த வெளிச்சத்தை அவரால் பார்க்க முடியவில்லை. என்னதான் படைப்புக் கடவுளாக இருந்தாலும், சிவப் பரம்பொருளின் சாபத்துக்கு ஆளாகி, தொழிலும் அற்ற நிலையில் இருந்ததால் வெறும் சாமானியராகிவிட்டார்!

'இன்னும் என்ன விளையாட்டு? பாவம், பிரம்மன்!' என்று அவரின் நிலைக்காகப் பரிதாபப்பட்டாள் பார்வதிதேவி. மெல்லப் புன்னகைத்தார் சிவனார். 'நீ சொல்வதால்தானே இங்கு வந்தேன்? படைப்புத் தொழில் ஸ்தம்பித்துவிட்டால் இவ்வுலகம் என்னாவது என்று நீ புலம்பியதால்தானே உனது கோரிக்கையை ஏற்றேன்' என்பதுபோல் உமையவளைப் பார்த்தார் சிவனார்.

அந்த வெளிச்சத்தின் மையத்தில் மிகப் பிரமாண்டமான பேரொளி வந்து விழுந்தது. சட்டென்று அந்த இடத்தில் ஆங்காங்கே நின்றிருந்த சிவகணங்கள் அனைவரும் ஒன்று கூடினர். அந்தப் பேரொளியில் இருந்து அகிலாண்ட நாயகியுடன் ரிஷப வாகனத்தில் அமர்ந்தபடி காட்சி தந்தார் சிவனார்.

'என் சிவமே... என் சிவமே...' என்றபடி தன் தலைகளுக்கும் மேலே திருக்கரங்கள் தூக்கிக் கூப்பியபடி விழுந்து நமஸ்கரித்தார் பிரம்மன். 'சாபத்தில் இருந்து விமோசனம் பெறும் தருணம் வந்துவிட்டது. கர்வத்தாலும் ஆணவத்தாலும், செருக்காலும் சினத்தாலும் பிழையாகப் பேசிய என்னை மன்னியுங்கள் ஸ்வாமி!' என்று வேண்டினார் பிரம்மா.

அதற்குள் அங்கே... தேவர்களும் முனிவர்களும் சூழ்ந்துவிட்டனர். 'அப்பாடி... பூவுலகில் படைப்புத் தொழில் இனி குறையற நடை பெறப்போகிறது. பிறப்பும் இறப்புமாகக்கொண்ட உயிர்களின் வாழ்வியல் சுழற்சி, தங்குதடையின்றி இனி நடந்தேறப்போகிறது' என்று தேவர்களும் முனிவர்களும் பரஸ்பரம் பேசிக்கொண்டனர். அந்தப் பேச்சு சந்தோஷத்தைக் கொடுத்தது. அந்த சந்தோஷம் அனைவருக்கும் பரவியது. சட்டென்று சொல்லி வைத்தது போல் 'தென்னாடுடைய சிவனே போற்றி...' என்று எவரோ முதல் குரல் கொடுக்க... 'எந்நாட்டவர்க்கும் இறைவா போற்றி' என்று அனைவரும் பதில் குரல் எழுப்பினார்கள்.

'பிரம்மதேவரே... கலக்கம் வேண்டாம். சிவப் பரம்பொருள் உங்களை மன்னித்தருள சித்தம் கொண்டுவிட்டார். இனி, வழக்கம் போல் உமது படைப்புத் தொழிலை சிரத்தையாகச் செய்யத் துவங்குங்கள்' என உமையவள் கனிவும் கருணையுமாகச் சொல்ல... பிரம்மாவுக்கு சந்தோஷம் பிடிபடவில்லை. 'என் பாக்கியம், என் பாக்கியம்' எனக் கரம் குவித்து வணங்கினார். பதவியில் இருப்பது மிகப்பெரிய விஷயமில்லை. அந்தப் பதவியை இழக்க நேரிடுவதும் இந்த உலகில் நடப்பதுதான்! ஆனால், இழந்த பதவியை, நசிந்த தொழிலைத் திரும்பப் பெறுவது என்பது அளவிடற்கரிய ஆனந்தம். அளப்பரிய சந்தோஷம்!

ஆனால், ஈசன் சும்மா கொடுத்துவிடுவாரா விமோசனத்தை?! திருப்பிடவூர் தலத்துக்கு இன்னும் மகிமையைத் தரத் திருவுளம் கொண்டவர், பிரம்மாவிடம் கட்டளை போலும் அந்த விஷயத்தைச் சொன்னார்.

‘விதி கூட்டி அருளுக!’

‘**ஹூ**ம்... எல்லாம் என் தலையெழுத்து’ என்று புலம்பாதவர்களே இல்லை. ‘நாம பொறக்கும்போதே இவனுக்கு இது இதெல்லாம் கிடைக்கும். இன்ன இன்னதெல்லாம் கிடைக்காதுன்னு எழுதி வைச்சுட்டான். அதை மாத்த யாரால முடியும்?’’ என்று அங்கலாய்க்காதவர்கள் உண்டா என்ன?!

ஓர் உயிர் ஜனிக்கும்போதே, அதனுடைய மொத்த வாழ்க்கையும் படைத்தவனால் தீர்மானிக்கப்பட்டு விடுகிறது என்கின்றன வேதங்கள். மிகப்பெரிய மகான்களையும் ஞானிகளையும் படைக்கிறபோதுகூட, சூட்சுமமாகச் சில விஷயங்கள் மூலம், ‘இந்தக் குழந்தை பிற்காலத்தில் மிகப்பெரிய மகானாக, சித்த புருஷனாகத் திகழப்போகிறது’ என்பதை ஏதோ ஒருவிதத்தில் உணர்த்திவிடுகிறான் இறைவன்.

அள்ளியெடுத்துக் கொஞ்சி விளையாடப் பிள்ளை வேண்டுமே என்று தவித்து மருகுகிற உலகம் இது. அந்தப் பிள்ளை வரமும் விதி இருந்தால்தான், அதாவது ஏற்கெனவே

விகடன் பிரசுரம்

தலையில் எழுதப்பட்டு இருந்தால்தான் கிடைக்கும் என்கின்றன ஞான நூல்கள்.

நம்முடைய இந்தப் பிறப்பில் கிடைக்கும் பலன்கள் யாவும், கடந்த பிறவிகளின்போது செய்த நன்மைகளாலும் தீமை களாலும் கிடைப்பவையே என சாஸ்திரங்களும் புராணங்களும் தெரிவிக்கின்றன. 'எந்த ஜென்மத்துல என்ன பாவம் பண்ணி னேனோ...' என்று இந்தப் பிறப்பின்போது ஏற்படுகிற கஷ்டங்கள் குறித்துப் புலம்புபவர்கள் உண்டு. அதேபோல், 'எந்தப் பிறவி யில் என்ன புண்ணியம் பண்ணினேனோ, இப்படியொரு அப்பா-அம்மாவுக்குப் பிள்ளையாய்ப் பிறந்திருக்கேன்!' என்று பெருமிதமாகப் பேசுபவர்களும் இருக்கிறார்கள் நல்ல மனைவியோ கணவனோ அமைவதெல்லாம்கூட நம் முன்ஜென்ம வினைகளுக்கேற்ப இறைவன் கொடுக்கும் வரம்தான்!

எது, எப்போது, எவரால், எங்கே கிடைக்கும் என்பது தெரியாமலும் அறியாமலும் போய்க்கொண்டு இருக்கிற இந்த வாழ்க்கைதான், உலகின் மிகப்பெரிய சுவாரஸ்யம். இவற்றை எல்லாம் முன்கூட்டியே அறிவதற்கும், ஆண்டவனை அடைவதற்கும் தவித்தவர்களும் ஏங்கியவர்களுமே முனிவர்கள்,

77

திருப்பட்டூர் அற்புதங்கள்!

ஞானிகள் என்றெல்லாம் போற்றப்பட்டார்கள். அப்படி மகானாக, அவதார புருஷனாக, முனிவராக, யோகியாக இருப்பதற்கும் எந்த ஜென்மத்திலேயோ புண்ணியம் செய்திருக்க வேண்டும் என்கின்றனர் ஞான குருமார்கள். ஆனாலும், இடைவிடாத இறை பக்தியும் தவமும் நற்சிந்தனைகளும் நம்மை மெல்ல மெல்ல நற்கதிக்கு மாற்றவல்லவை என போதித்தார்கள் மகான்கள்.

'பிரம்மதேவரே, கலக்கம் வேண்டாம்! சிவப்பரம்பொருள் உங்களை மன்னித்தருள சித்தம் கொண்டுவிட்டது. இனி, வழக்கம்போல் உமது படைப்புத் தொழிலை சிரத்தையுடன் செய்யத் துவங்குங்கள்' என உமையவள் கனிவும் கருணையுமாக பிரம்மதேவரிடம் சொல்ல... 'என் பாக்கியம்... என் பாக்கியம்...' என்று கரம் குவித்தார் பிரம்மன்.

''கர்வத்தை முற்றிலுமாகத் தொலைத்துவிட்டு தவத்தில் மூழ்கியதால், படைப்புத் தொழிலுக்கான அதிகாரத்தை மீண்டும் உன்னிடம் இதோ, இந்தத் திருவிடத்தில் வழங்கத் தயாராக இருக்கிறேன். அதுமட்டுமின்றி இந்தத் தலத்தில் அமர்ந்து, வருகின்ற அடியவர்களுக்கெல்லாம் அருள்பாலிக்கவும் எண்ணியுள்ளேன்" என்ற சிவனார், "இந்தத் தலத்துக்கு வருவோர் எவராக இருப்பினும், விதி இருப்பின் விதி கூட்டி அருளுக!" என்று கட்டளை போலும், மெல்லிய உத்தரவு போலும், பக்தர்களின்பால் கொண்டிருக்கிற வாஞ்சை போலும் தெரிவித்தார்.

'விதி இருப்பின் விதி கூட்டி அருளுக! விதி இருப்பின் விதி கூட்டி அருளுக!' எனத் திரும்பத் திரும்பப் பலமுறை உள்ளுக்குள் சொல்லிக்கொண்டிருந்தார் பிரம்மா.

இறைவன், பக்தர்கள் மீது கொண்ட கருணையை நினைத்துப் பூரித்த உமையவள், "அடடா..! என்ன அற்புதமான யோசனை! 'பிறக்கும்போது இப்படி இப்படி என்று எழுதி வைத்த விதியை, என் அடியவர்களுக்காக மாற்ற முடியுமென்றால் கொஞ்சம் மாற்றித் திருத்தி எழுதி அருள வேண்டும்!' என்பதை எவ்வளவு அழகாகச் சொல்லிவிட்டீர்கள்" என்று பெருமிதத்துடன் கணவரை நமஸ்கரித்தவள், "சிவப் பரம்பொருள் இங்கு இந்தத் தலத்தில் வாசம் செய்யத் திருவுளம் கொண்டுவிட்டார். எனவே, வருகின்ற என் பிள்ளைகள் அனைவரையும் ஆசீர்வதித்து அருள, நானும் இங்கே அவருடன் இருப்பதுதானே முறை! என்ன பிரம்மதேவரே, நீங்கள் ஒன்றுமே சொல்லவில்லையே..?" என்று கேட்டாள் தேவி.

நெகிழ்ச்சியில் திக்குமுக்காடிக்கொண்டு இருந்த பிரம்மன், "இந்தத் திருவிடத்துக்குத் தங்களைத் தரிசிக்க வருவோர் எவராக இருப்பினும், அவர்களின் தலையெழுத்தை மாற்றி, திருத்தி எழுதத்

விகடன் பிரசுரம்

பிரம்மபுரீஸ்வரர்   பிரம்ம சம்பத்கௌரி   பிரம்மா

தயாராக இருக்கிறேன். இது உறுதி! அடியேனுக்கும் தங்களின் திருவிடத்தில் சின்னதாக இடம் தாருங்கள். விதி கூட்டி அருளச் சித்தமாக இருக்கும் என்னை ஆசீர்வதியுங்கள்" என்று மீண்டும் நெடுஞ்சாண்கிடையாக விழுந்து ஈசனை வணங்கினார்.

அன்று துவங்கி, இன்றளவும் தலையெழுத்தை மாற்றி அருளும் தலமாகத் திகழ்கிறது திருப்பிடவூர் எனப்படும் திருப்பட்டூர். திருச்சி சமயபுரத்துக்கு அருகில் சிறுகனூரில் இருந்து சுமார் 5 கி.மீ. தொலைவில் உள்ள இந்தத் தலம், அற்புதமான திருவிடம். ஐந்து நிலை ராஜகோபுரத்துடன் திகழ்கிற கோயிலும் நுழைவாயிலும் அருகில் சின்னதான மண்டபமும் வெகு அழகு! இந்தத் தலத்து இறைவன் - பிரம்மபுரீஸ்வரர். அம்பாள் - பிரம்ம சம்பத்கௌரி. பிரமாண்டமான கோயிலில் சிவ சந்நிதிக்கு அடுத்தாற்போல பிரம்மனும் அழகுறக் காட்சி தருகிறார். பிரம்மனுக்கு சந்நிதிகள் உள்ள ஆலயங்கள் குறைவு. அதிலும் குறிப்பாக, இந்தத் தலத்தின் சந்நிதியில், மிகப் பிரமாண்டத் திருமேனியுடன் அருள்கிறார் பிரம்மா.

இங்கேயுள்ள ஒவ்வொரு இடமும் உயிரோட்டம் நிறைந்தவை. அம்பாளின் சந்நிதிக்கு அடுத்தாற்போல பிரம்மன் உருவாக்கிய பிரம்ம தீர்த்தக் குளமும், அவர் வணங்கி ஆராதித்த சிவலிங்கச் சந்நிதிகளும் அமைந்துள்ளன. விசாலமான அந்த இடத்தில் சற்று நேரம் அமர்ந்து, அனைத்து சிவலிங்க மூர்த்தங்களையும் வழிபட்டால்... பன்னிரண்டு சிவத்தலங்களுக்குச் சென்று தரிசித்த புண்ணியம் கிடைக்குமாம்!

ஐந்து நிலை ராஜகோபுரம்

'**மா**தா, பிதா, குரு, தெய்வம்!' என்பது எவ்வளவு சத்தியமான வார்த்தைகள்! மாதா, அடுத்து பிதா, அவரையடுத்து குருநாதர்... இவர்கள் அனைவருக்கும் பிறகே தெய்வம் என்று சொல்லி வைத்தார்களா? அல்லது... மாதா, பிதா, குரு ஆகிய மூவரும் தெய்வத்துக்குச் சமமானவர்கள் எனப் போதித்தார்களா?

பிறப்பில் இருந்து துவங்குகிறது வாழ்க்கை. இந்த உலகுக்கு வருகின்ற உயிரானது அன்பையும் கருணையையும், வாஞ்சையையும் உணவையும் தாயிடம் இருந்துதான் முதன்முதலாகப் பெறுகிறது. அதையடுத்து, வளரத் துவங்குகிற தருணத்தில் அந்தக் குழந்தையை தந்தை தன் தோளில் சுமக்கிறான். கன்னம் கிள்ளுகிறான். மிகப் பெரிய மலையுச்சியின் மீது நின்று இந்த உலகைக் காட்டி மகிழ்கிறான்.

குழந்தை நடக்கவும் ஓடவும் செய்ததும், கூர்ந்து பார்க்கவும் பேசவும் ஆரம்பித்ததும், அந்தக் குழந்தையைக் கல்வி கற்க அனுப்பினர் பெற்றோர். குருவுக்கு மரியாதை செய்து,

கல்வியையும் வேதத்தையும் தன் குழந்தைக்குக் கற்பித்தனர். கல்விக் கண் திறப்பதற்குக் காரணமாக இருந்த ஆசானை, ஆசிரியரை, குருநாதர் எனப் போற்றினர் மாணவர்கள். அந்த குருநாதர்தான்,

தெய்வங்களை எப்படி வழிபட வேண்டும், என்ன மந்திரங்கள் சொல்லி வணங்க வேண்டும், எந்தக் கடவுளுக்கு என்ன மலர்களை அலங்கரிக்க வேண்டும் என்றெல்லாம் சொல்லித் தருகிறார். ஆக, மாதாவின் அன்பில் பிறந்து, பிதாவின் அரவணைப்பில் வளர்ந்து, குருநாதரின் போதனைகளில் தெளிந்து, இறைவனின் திருப் பாதங்களைச் சரணடைகிற அற்புதமான வாழ்க்கையை நமக்கு உணர்த்துகின்றன ஞான நூல்கள்.

திருப்பிடவூர் எனப்படுகிற திருப்பட்டூரில்... பிரம்மபுரீஸ்வரர் கோயிலில், மாதாவாக பிரம்ம சம்பத்கௌரி கனிவு ததும்ப, கருணை பொங்கக் காட்சி தருகிறாள். செவ்வாய் மற்றும் வெள்ளிக்கிழமைகளில், இவளுக்குப் புடவை சார்த்தி வேண்டிக் கொண்டால், தடைப்பட்ட திருமணம் இனிதே நடந்தேறும். தாம்பத்திய வாழ்க்கை வளம் பெறும்! அந்த பிரம்மனின் சாபத்தைப் போக்குவதற்கும், அவனுடைய இழந்த பதவி திரும்பக் கிடைப்பதற்கும் காரணமாக இருந்தவள் ஆயிற்றே! நம் வாழ்வில் உண்டான சாபங்களையும் பாபங்களையும் போக்குவாள். இழந்த பதவியையும் பெருமைகளையும் மீட்டுத் தருவாள் அம்பிகை.

ஆடி மாதத்தின்போது, திருப்பட்டூர் மற்றும் சுற்றுவட்டாரத்தில் உள்ள விவசாயிகள், முளைப் பயறு கட்டுகிற வைபவத்தைச் செய்கின்றனர். அந்த முளைப் பயறை எடுத்து வந்து, அம்பாளின் சந்நிதியில் வைத்து வணங்கி, ஊர்வலமாக எடுத்துச் செல் கின்றனர். பிறகு அவற்றை விதைத்து விவசாயப் பணிகளைத் துவக்கினால், நம் நிலத்தில் அந்த உமையவளே இருந்து, விவ சாயத்தைத் தழைக்கச் செய்வாள் என்பது ஐதீகம்!

கிழக்குப் பார்த்த ஆலயம். பிரம்மபுரீஸ்வரர் கிழக்குப் பார்த்தபடி சந்நிதி கொண்டிருக்கிறார். அவருக்கு இடது பக்கத்தில் தனிக்கோயில் கொண்டு, கிழக்குப் பார்த்தபடி அருள்புரிகிறாள் பிரம்ம சம்பத்கௌரி. போதாக்குறைக்கு, பிரம்மபுரீஸ்வரரின் வலது பக்கப் பிராகாரத்தில், மிக அற்புதமாக, பிரமாண்டத் திருமேனியுடன் கிழக்குப் பார்த்தபடி சந்நிதி கொண்டிருக்கிறார் பிரம்மா. ஆக, மாதாவும், மாதாவை அடுத்து பிதாவும், அவர்களின் குருவாகிய பிரம்மனும் வரிசையாகக் காட்சி தரும் ஒப்பற்ற திருத்தலம் திருப்பட்டூர்.

ஐந்து நிலை ராஜகோபுரம் ஓங்கி உயர்ந்து நிற்க, பிரமாண்டமாக இருக்கிறது திருக்கோயில். உள்ளே நுழைந்ததும் நந்திதேவர். சிவநந்தியின் அழகைச் சொல்ல வேண்டுமா என்ன?! பிரதோஷ நாயகனின் பெருமைகளை சிலாகிப்பதற்கும் போற்றுவதற்கும் இந்த ஜென்மம் போதாதே!

விகடன் பிரசுரம்

இங்கே... நந்தி அமர்ந்திருக்கும் இடத்தில் ஒரு சிறப்பு உண்டு. பிரதோஷ காலத்தில், சிவாலயங்களில் பூஜைகள் அமர்க்களப்படும். அதேபோல், நரசிம்ம மூர்த்தி கோலோச்சுகிற ஆலயங்களிலும் பிரதோஷ நாளில், விமரிசையாக பூஜைகள் நடந்தேறும். இங்கே பிரதோஷ நாயகனாம் நந்தி அமர்ந்திருக்கும் இடத்துக்கு அருகில் உள்ள தூண்களில், நரசிம்ம மூர்த்தியின் அவதாரக் காட்சிகளும் திருக்கோலங்களும் சிற்ப நுட்பத்துடன் திகழ்கின்றன. அதாவது, பிரதோஷ

பூஜையில் கலந்துகொள்ள இங்கு வரும் அன்பர்கள், ஒரே நேரத்தில் நந்திக்குச் செய்யப்படுகிற பூஜையையும் தரிசிக்கலாம். நரசிம்ம மூர்த்தியையும் பிரார்த்திக்கலாம்.

முன்னதாக, ஐந்து நிலை ராஜகோபுரத்தைக் கண்ணாரத் தரிசியுங்கள். கோபுர தரிசனம் கோடி புண்ணியம் என்பார்கள். குறிப்பாக, இந்தத் தலத்து ஆலயத்துக்கு ஐந்து அடுக்கு கோபுரம் வைக்கப்பட்டு இருப்பது, வேறொரு விஷயத்தை உணர்த்துவதற் காகத்தான்! 'விதி இருப்பின் விதி கூட்டி அருளுக!' என்று சிவனார் பணிக்க, அன்று முதல் இந்தத் தலத்துக்கு வருகிற அடியவர்களின் தலையெழுத்தை மாற்றி அருள்கிறார் பிரம்மா என்று பார்த்தோம், அல்லவா! இதற்காக, வேறு எந்தத் தலத்திலும் இல்லாதபடி, இங்கே பிரம்மபுரீஸ்வரர் சந்நிதிக்கு அடுத்தாற்போல் கோயில் கொண்டிருக்கிறார் பிரம்மதேவன்.

ராஜகோபுரம் உணர்த்துகிற விஷயம் என்ன தெரியுமா?

நாம் செய்கிற பாவமும் புண்ணியமும் ஏழேழு ஜென்மத்துக்கும் நம்மைத் தொடரும் என்கின்றன சாஸ்திரங்கள். ஒவ்வொரு பிறவியில் நாம் படுகிற துன்பங்கள் நம்முடைய முந்தைய பாவங்களில் இருந்தும், நாம் அனுபவிக்கிற சந்தோஷங்கள் நாம் எப்போதோ, எந்த ஜென்மத்திலேயோ செய்த புண்ணியங்களில் இருந்தும் விளைகின்றன என்பார்கள்.

ஆக, இப்பிறவியில் நமக்கு உண்டாகிற கவலைகளுக்கும் அவமானங்களுக்கும், எங்கோ எப்போதோ, எந்தப் பிறவியிலேயோ செய்த பாவ காரியங்களே காரணம். காரணமின்றிக் காரியமில்லை என்பார்கள். இப்படி, எந்த ஜென்மத்து வாசனையோ... அது நமக்கு இந்த ஜென்மத்திலும் தொடர்வதை, அறிந்து உணர்ந்தால் பிரச்னையில்லை.

'விதி இருப்பின் விதி கூட்டி அருளுக!' என்று சிவனார் பணித்ததற்கு இணங்கி, இங்கு சந்நிதி கொண்டிருக்கிற பிரம்மா, நம் ஏழேழு பிறவியின் பாவங்களைப் போக்கி, இந்த ஜென்மத்தை களங்கமும் கவலைகளும் இன்றி வாழ வைக்கக் காத்துக்கொண்டு இருக்கிறார்.

ஆம், அன்பர்களே..! நம் ஏழேழு ஜென்மத்துப் பாவங்களை நீக்கியருளும் திருத்தலம் திருப்பட்டூர் என்பதைக் குறிக்கும் வகையில், பஞ்சபூதங்களாக உறைந்துகாக்கிறார் சிவனார், என்பதை உணர்த்தும் வகையில் இந்தக் கோயிலில் ஐந்து நிலை ராஜகோபுரங்கள் அமைக்கப்பட்டு உள்ளன என்பதாகத்தான் உள்ளுணர்வு சொல்கிறது. கோடி புண்ணியங்களை அள்ளித் தருகிற கோபுரத்தைத் தரிசித்து மனதாரப் பிரார்த்தியுங்கள்; மனதுள் மங்கலம் நிறையும்!

குரு

'குரு பார்க்க கோடி நன்மை' என்று சொல்லுவார்கள். இது சத்தியமான வார்த்தை. தமது ஒரு பார்வையால் நம்முடைய அத்தனை மாசுகளையும் விரட்டி, நம் மனத்தைத் தெளிவுறச் செய்துவிடுவார், குரு.

அம்மாவின் அன்பு இல்லாமல் வளர்ந்தாலும், தந்தையின் அரவணைப்பு கிடைக்காமல் போனாலும், நல்ல குருநாதர் மட்டும் கிடைத்துவிட்டால், அந்தக் குருநாதரே கதியென்று அவரின் திருவடியைப் பற்றிக் கொண்டுவிட்டால், அதைவிடப் பாக்கியம் இந்த உலகில் வேறில்லை. ஆனால், நல்லதொரு குருநாதர் கிடைப்பது என்பது பூர்வஜென்ம புண்ணியம்; இறை வழங்குகிற கொடை!

தேடிக் கிடைப்பதே பொக்கிஷம். தேடல் இல்லாதவர்களுக்குப் பொக்கிஷம் கிடைப்பதில்லை. குருநாதர் என்பவரைத் தேடவேண்டும். 'அவர் வேண்டுமே, வேண்டுமே...' என்று ஏக்கத்துடன் அவரை நாடித் தேடி அடைய வேண்டும். 'இவர்தான் நம் குருவோ?' என்று

பார்க்கிறவர்களை எல்லாம் குருவாகப் பாவிக்கிற பக்குவம் வந்துவிட்டால், உள்ளே அமைதி வந்துவிடும். அமைதியான மனம், எதையும் தெளிவுறச் சிந்திக்கும்; அப்படிச் சிந்தனையில் தெளிவு இருப்பின், செயலிலும் தெளிவு இருக்கும். இந்தச் சிந்தனை தெளிவுக்கும் செயல் தெளிவுக்கும் குருநாதரின் அருள் அவசியம். அவரின் அருட்பார்வை மிக மிக அவசியம். திருப்பிடவூர் என்கிற திருப்பட்டூர் திருத்தலம், குருவின் பரிபூரண அருள் கொட்டிக் கிடக்கிற அற்புதத் தலம்.

குரு் ப்ரம்மா குருர்விஷ்ணு

குருர்தேவோ மகேஸ்வரஹ;

குருஸ்சாட்சாத் பரப்பிரம்ம:

தஸ்மை ஸ்ரீகுரவே நமஹ!

எனும் ஸ்லோகத்துக்கு ஏற்ப அமைந்துள்ள ஒப்பற்ற திருத்தலம். இங்கு, பிரம்மா தனிச்சந்நிதியில், கம்பீரமாகக் காட்சி தருகிறார். அவரையடுத்து, குரு தட்சிணாமூர்த்தியின் தரிசனம். அடுத்து, கோஷ்டத்தில் மகாவிஷ்ணு தரிசனம் தர... உள்ளே கருவறையில், பிரம்மாவுக்கு அருட்கடாட்சம் வழங்கிய வள்ளலான, தன் அடியார்கள் நலமுடன் வாழ அருட்காட்சி தருகிறார் பிரம்மபுரீஸ்வரர்.

பொதுவாக, அம்பாளையும் ஸ்வாமியையும் தரிசிக்கும்போது அவர்களின் திருவிக்கிரகங்களுக்கு நேராக நிற்காமல், சற்று ஒதுங்கி நின்றபடி, தரிசிக்கவேண்டும். அதாவது, இறைவன்

விகடன் பிரசுரம்

மற்றும் அம்பாளின் கடைக்கண் பார்வை நம் மீது பட்டாலே, நம் பாவமெல்லாம் பறந்தோடிவிடும் என்பது ஐதீகம்.

அதேபோல், குருநாதரைத் தரிசிக்கும்போது, அவருக்கு எதிரில் நின்றுகொள்ள வேண்டும். அதாவது அவருடைய திருப்பார்வை நம் மீது நேராக விழ வேண்டும். அதாவது, குருவுக்கு இருக்குமிடம்

முக்கியமில்லை; அவர் பார்க்கிற இடமே முக்கியம். அந்த இடமே சுபிட்சம் பெறும். ஆகவே, இங்கு பிரம்மாவை, அவருக்கு நேராக நின்று, பவ்யமாக, எந்தக் கர்வமும் அலட்டலுமின்றி, 'இந்த இப்பிறவியில் செய்த என் தவறுகளையும் பாபங்களையும் போக்கி, என் தலையெழுத்தைத் திருத்தி எழுதி அருளுங்கள்' என பிரார்த்தனை செய்யுங்கள். இங்கே, இன்னொரு சிறப்பு... பிரம்மாவை வணங்கும்போதே குரு தட்சிணாமூர்த்தியைத் தரிசிக்கலாம் (எதிரில் சின்னதொரு சிற்ப வடிவில் காட்சி தருகிறார் தட்சிணாமூர்த்தி). அதையடுத்து, கோஷ்டத்தில் மகாவிஷ்ணு.

அதுமட்டுமா? இந்தத் தலத்தில் வேறெங்கும் இல்லாதபடி, பதஞ்சலி முனிவரின் திருச்சமாதி இருப்பதை ஏற்கெனவே அறிந்தோம், அல்லவா? பிரம்மாவின் சந்நிதிக்கு அடுத்துள்ள திருச்சுற்று மாளிகைப் பகுதியில், பதஞ்சலி முனிவரின் சமாதி உள்ளது. தற்போது, திருச்சமாதி அமைந்துள்ள இடத்தைச் சுற்றிலும் கண்ணாடித் தடுப்புகள் போடப்பட்டுள்ளன. எனவே, பதஞ்சலி முனிவரின் சமாதிக்கு அருகில் அமர்ந்தபடி, தியானம் செய்வதற்கு ஏற்றதாக இது அமைந்துள்ளது எனச் சிலிர்ப்புடன் தெரிவிக்கின்றனர் பக்தர்கள்.

வியாழக்கிழமை, குருவுக்கு உகந்த நாள். அன்றைய நாளில், நவக்கிரகங்களில் உள்ள குரு பகவானையும், குரு தட்சிணாமூர்த்தியையும், பிரம்மாவையும் தரிசிப்பது, நம் விதியைத் திருத்தி எழுதி, சீரும் சிறப்புமாக நம்மை வாழ வைக்கும். குரு பகவானுக்கு அதிதேவதையான பிரம்மா தனிச் சந்நிதியுடன் திகழ்கிற தலம் இது. ஆகவே, சக்தியும் சாந்நித்தியமும் அதிகம் திருப்பட்டூருக்கு! குறிப்பாக, பதஞ்சலி யோக சூத்திரத்தை அருளிய பதஞ்சலி முனிவரின் சமாதிக்கு அருகில், சிறிது நேரம் கண்கள் மூடி அமர்ந்து தியானம் செய்வது, மனதுக்கும் உடலுக்கும் புத்துணர்வைத் தரும். முனிவரின் பரிபூரண அருளும் கிடைக்கும்.

பிரம்மாவை வியாழக்கிழமை மற்றும் உங்களின் நட்சத்திர நாளில் வந்து தரிசித்து வணங்குவது மிகுந்த பலனைத் தரும். அவருக்கு மஞ்சள் காப்பு செய்தும் பிரார்த்தனை செய்யலாம்; அல்லது வஸ்திரம் சார்த்தியும் வணங்கலாம்.

அமாவாசை மற்றும் பௌர்ணமி நாளில், பதஞ்சலி முனிவரின் சமாதியை வணங்கினால், நமக்கு ஞானத்தை அள்ளி வழங்குவார், பதஞ்சலி முனிவர். புத்தியில் தெளிவு ஏற்படும்; பேராசையும் நயவஞ்சக குணமும் அடியோடு களைந்து காணாமல் போய்விடும்.

ஆக, நவக்கிரகத்தில் உள்ள குரு பகவான்; பிரம்மா; மகாவிஷ்ணு, தட்சிணாமூர்த்தி, பதஞ்சலி முனிவர் ஆகியோரை மனதாரத் தரிசியுங்கள். முக்கியமாக, பிரம்மாவுக்கு அருள் புரிந்த பிரம்மபுரீஸ்வரரை கண்ணாரத் தரிசித்து வழிபடுங்கள்; வளம் பெறுவீர்கள்!

அந்தக் காலத்தில், திருப்பிடவூர் என்ற திருநாமத்துடன் திகழ்ந்த ஊருக்கு, திருப்படையூர் என்றும் ஒரு திருநாமம் இருந்ததாகச் சொல்கிறது ஸ்தல புராணம். அதென்ன திருப்படையூர்?!

சூரனை அழிக்க, படை திரட்டிச் சென்று, வென்றார் அல்லவா முருகப் பெருமான். அப்படிப் படை திரட்டிச் சென்றவர், தன் வீரர்களுடன் தங்கிச் சென்ற திருத்தலம் என்கிற பெருமை, இந்தத் திருப்பட்டூருக்கு உண்டு.

இங்கேயுள்ள சுப்ரமணியர் கொள்ளை அழகு! சூரசம்ஹாரம் செய்த திருநாளில், கந்த சஷ்டி வந்திருக்கிற இந்த வேளையில், திருப்பட்டூர் தலத்தில் அருள்பாலிக்கும் சுப்ரமணியரைத் தரிசிப்போமா?

முருகன்

தமிழகத்தில், முருகப்பெருமான் கோயில் கொண்டிருக்கும் திருத்தலங்கள் பலவற்றில், சூரனை சம்ஹரித்த நிகழ்ச்சி, வெகு விமரிசையாக கொண்டாடப்படுகிறது. கந்த சஷ்டி விரதமும், விழாவும் நம்மில் பலரோடு இரண்டறக் கலந்தவை. இந்த நாட்களில், கந்தக் கடவுளையும் சூரசம்ஹார நிகழ்ச்சியையும் தரிசிப்பது சிறப்பு என்கின்றன புராணங்கள்!

சூரபதுமனை அழிக்க முருகக்கடவுள் படை திரட்டினார். படை வீரர்களுடன் அவர், தலங்கள் பலவற்றிலும் தங்கிச் சென்றார். அப்படி வருகிற வழியில், சிவபூஜை செய்வதற்காக முருகக் கடவுள் தங்கிய திருவிடம், திருப்படையூர் என அழைக்கப் பட்டது. அதுவே பின்னாளில் திருப்படவூர், திருப்பிடவூர் என்றெல்லாம் மருவி, தற்போது திருப்பட்டூர் எனப்படுகிறது. குருவின் கடாட்சம் பூரணமாக நிறைந்திருக்கிற அற்புதத் திருவிடம் திருப்பட்டூர் என்பதைப் பார்த்தோம், அல்லவா? இத்தகைய பெருமை யும் சாந்நித்தியமும் குடிகொண்டு இருக்கிற

திருத்தலத்தில்தான், முருகப் பெருமானும் அழகுறக் கோயில் கொண்டு இருக்கிறார்.

அதென்ன... சிவாலயங்களில் முருகக்கடவுளுக்கு சந்நிதி இருக்கத்தானே செய்யும், அதில் என்ன அதிசயம் இருக்கிறது என நினைக்கலாம். ஆனால், குரு பிரம்மா தனிச் சந்நிதியில் கோயில் கொண்டிருக்கிற திருத்தலம் அல்லவா இது! குரு பிரம்மாவும், குரு விஷ்ணுவும், குரு பரமேஸ்வரனும் தரிசனம் தந்து அருளாட்சி செய்கிற இந்தத் திருப்பட்டூரில்... அப்பனுக்குப் பாடம் சொன்ன சுப்பையா எனப் பெயர் பெற்ற, பிரணவ மந்திரத்தை எடுத் துரைத்த ஞானகுரு என்று அனைவராலும் போற்றப்பட்ட கந்தப் பெருமானும் தனிச் சந்நிதியில் அருள்பாலிப்பதால், குருமார்கள் அனைவரின் அருட்கடாட்சமும் ததும்பி நிற்கிற திருவிடமாக மகிமை பெற்றிருக்கிறது திருப்பட்டூர். இங்கே, அழகன் முருகன் காட்சி தருகிற விதத்தில் ஒரு சிறப்பு உண்டு.

பொதுவாக, முருகக்கடவுளின் வலது திருக்கரத்தின் கீழே மயிலின் திருமுகம் அமைந்திருப்பது போலத்தான், விக்கிரகத் திருமேனி வடிக்கப்பட்டிருக்கும். இந்த மயிலை, தேவ மயில் என்பார்கள். இந்தத் திருப்பட்டூர் தலத்தில், அழகன் முருகனின் இடது கரத்தின் கீழே, மயிலின் திருமுகம் இருப்பது போல், விக்கிரகத்திருமேனி வடிக்கப்பட்டிருக்கிறது. காண்பதற்கு அரிதான திருக்கோலம் இது என்கின்றன ஞான நூல்கள்.

அதேபோல், இடது கரத்துக்குக் கீழே முகம் காட்டுகிற மயிலை, அசுர மயில் என்று சொல்வார்களாம். சூரபதுமனை அழிப்பதற்காகப் படை திரட்டி, தங்கிச் சென்ற திருப்படையூர் என்கிற திருப்பட்டூர் திருத்தலத்தில், அசுர மயிலாக இடம் மாறிக் காட்சி தருகிற அற்புதக் கோலத்துடன் முருகப் பெருமானைத் தரிசிப்பது சிறப்பு எனப் போற்றுகின்றனர் அன்பர்கள்.

கந்தக் கடவுள், ஞானகுரு; பூமிகாரகன்; செவ்வாய்க்கு அதிதேவதையும் இவரே! எனவே, இந்தத் திருவிடத்துக்கு வந்து, வள்ளி தெய்வானை சமேத சுப்ரமணிய ஸ்வாமியை தரிசித்து, மனதாரப் பிரார்த்தனை செய்தால், வாழ்வில் வளம் பெருகும் என்பது ஐதீகம்!

அதுமட்டுமா? தேவர்களையும் முனிவர்களையும் உலக மக்களையும் கொடுமைப்படுத்திய சூரபதுமனை அழித்து, அந்த அசுரனை மயிலாக்கி அமர்ந்திருக்கிற முருகப் பெருமானைப் பணிந்து தொழுதால், எப்பேர்ப்பட்ட எதிரிகளாயினும் நம்மை விட்டு பல காத தூரம் தெறித்து ஓடிவிடுவார்கள். அவர்களின் அத்தனை சூழ்ச்சிகளும் தவிடுபொடியாகிவிடும்.

திருப்பட்டூர் அற்புதங்கள்!

செவ்வாய்க்கிழமைகளில் இந்தத் தலத்துக்கு வந்து சுப்ரமணியரை தரிசியுங்கள். மாதந்தோறும் சஷ்டி அல்லது கிருத்திகை ஆகிய நாட்களில், இங்கு வந்து கந்தக் கடவுளுக்கு அபிஷேகம் செய்து, வஸ்திரம் சார்த்தி, வழிபடுங்கள். செவ்வாய் தோஷம் முதலான சகல தோஷங்களும் விலகி விடும்; சந்தோஷங்களுக்குக் குறைவிருக்காது என்பது நம்பிக்கை!

ஒருகாலத்தில், கந்த சஷ்டி வைபவம் இங்கு அமர்க்களப் படுமாம். ஆட்டுக்கிடா வாகனத்தில், அழகும் ஆவேசமும் ஒருசேர, நான்கு வீதிகளிலும் திருவீதியுலா வந்து, சூரபதுமனை அழிக்கிற வைபவம் நடந்தேறுகிற காட்சி, காண்போரைச் சிலிர்க்க வைக்குமாம்! இதைச் சொல்லிச் சொல்லிப் பூரிக்கின்றனர் திருப்பட்டூர் மற்றும் சுற்று வட்டார கிராம மக்கள்.

படைவீரர்களுடன் இங்கு தங்கி, முருகப் பெருமான் சிவ பூஜையில் ஈடுபட்டார் அல்லவா? அப்போது அவருக்குத் திருக்காட்சி தந்து, 'வெற்றி உனக்கே!' என அருளினார் சிவபெருமான். இங்கே, வள்ளி - தெய்வானை சமேத சுப்ரமணியரின் சந்நிதிக்கு அருகில், கந்தபுரீஸ்வரர் லிங்கத் திருமேனியராகக் காட்சி தருகிறார்.

புதிதாகத் தொழில் தொடங்குவோர், வியாபாரத்தில் நஷ்டம் எனக் கலங்குவோர், இங்கு வந்து சுப்ரமணியருக்கு வஸ்திரம் சார்த்தி, சர்க்கரைப் பொங்கல் நைவேத்தியம் செய்து பிரார்த்தித்தால், வியாபாரத்தில் வெற்றி உறுதி. தொழிலில் மேலோங்கிச் செல்வார்கள் என்பது நிச்சயம்!

இன்னொரு சிறப்பும் உண்டு, இங்கேயுள்ள சுப்ரமணியருக்கு. உலகில், தூக்கத்தில் கனவு காணாதவர்களும் இல்லை; விழித்துக் கொண்டு இருக்கும்போது, 'வீடு வாங்குவதே என் கனவு' என்று புலம்பாதவர்களும் இருக்க முடியாது. உண்ண உணவு, உடுத்த உடை, இருக்க இடம் என்கிற மனித வாழ்க்கையின் இந்த அத்தியாவசியத் தேவைகளில் முக்கியமானதான கனவு இல்லத்தை அருள்கிறார் இந்தத் தலத்தில் உள்ள முருகப் பெருமான்.

விகடன் பிரசுரம்

வள்ளி – தெய்வானை சமேத சுப்ரமணியர்

சஷ்டி, கிருத்திகை நாட்களில் அல்லது செவ்வாய்க்கிழமைகளில் (உங்களின் நட்சத்திர நாளில் வந்து தரிசிப்பதும் சிறப்பு), இங்கே சந்நிதி கொண்டிருக்கும் வள்ளி - தெய்வானை சமேத சுப்ரமணியருக்கு அபிஷேகம் செய்யுங்கள். முடிந்தால், வள்ளி-தெய்வானைக்குப் புடவையும், சுப்ரமணியருக்கு வேஷ்டியும் சார்த்தி, வெண் பொங்கல் அல்லது சர்க்கரைப் பொங்கல் நைவேத்தியம் செய்து, பிரார்த்தனை செய்யுங்கள். நீங்கள் வாங்கியிருக்கிற மனை தொடர்பாக சிக்கல் ஏதேனும் இருந்தால், அவை விலகிவிடும். நிலம் தொடர்பான வழக்கு இருப்பின், விரைவில் சாதகமான தீர்ப்பு கிடைக்கப் பெறுவீர்கள்.

'இடமும் இல்லை; மனையும் வாங்கலை' என்று புலம்புபவராக இருந்தால்கூட, அடுத்தடுத்த காலகட்டத்தில், வீடு வாங்கும் யோகம் சட்டென்று தேடி வரும். சுபிட்சமும் அங்கே குடிகொள்ளும்!

உலகாயத வாழ்வில் வீடு யோகம் தருகிற முருகக் கடவுள், ஆன்மிகத்தின் நிறை நிலையான, 'வீடு பேறு' எனும் அற்புதமான மோட்ச வரத்தையும் தந்தருளக்கூடியவர். தலையெழுத்தையே மாற்றி அருளும் திருத்தலமாம் திருப்பட்டூரில் குடிகொண்டிருக்கும் சுப்ரமணியரை வணங்கினால், மோட்சகதி நிச்சயம்.

வெற்றிவேல் முருகன் துணையிருக்க, இனி எல்லாமே ஜெயம்தான்!

காலபைரவர்

‘ஹூம்... கலி முத்திப் போச்சு!’ என்று எதற்கெடுத்தாலும் அலுத்துக்கொள்கிறவர்கள் நிறைந்திருக்கிற உலகம் இது. இந்தக் கலியுகத்தில், எத்தனையோ ஆற்றல்களும் அழிவுகளும் மாறி மாறி வந்துகொண்டே இருக்கின்றன. நன்மைகளும் தீமைகளும் கொண்ட வாழ்க்கையில், நன்மை வந்தால் பூமிக்கும் வானுக்கும் குதிப்பதும், தீமை ஏற்பட்டால், மூலையில் முடங்கிவிடுவதும் மனித இயல்புகள்! ஆனால், இனி வரும் காலங்கள் யாவற்றிலும், நமக்குத் துணையாக வந்து வழிநடத்தி அருள காலபைரவர் தயாராக இருக்கிறார் என்பது தெரியுமா உங்களுக்கு?!

‘கலியுகத்துக்கு காலபைரவர்’ என்கிற வழக்குச் சொல்லைச் சொல்லி, ஆராதித்தனர் நம் முன்னோர். அந்த வகையில், கலியுகத்தின் கண்கண்ட தெய்வமாகத் திகழ்கிறார் காலபைரவர் எனப் போற்றுகின்றன சைவ நூல்கள்.

இழந்த பதவியை பிரம்மாவுக்கு மீட்டுத் தந்தருளிய திருத்தலமான திருப்பட்டூரில், அழகு ததும்ப அருள்பாலித்துக்கொண்டு இருக்கிறார் காலபைரவர்.

சிவப் பரம்பொருளுக்கு 64 மூர்த்தங்கள் உண்டு. அதில், தத்புருஷ மூர்த்தங்கள் 25 வகை என்பர். அந்த மூர்த்திகளில், காலபைரவரும் ஒருவர். திருமாலும் பிரம்மனும் சிவபெருமானின் அடியையும் முடியையும் தேடிச் சென்று, அவற்றைக் கண்டடையாமல் போயினர். ஆனால், 'முடியைக் கண்டேன்' என்று பிரம்மா பொய் சொல்ல, அவர் சொல்வது உண்மை என்று தாழம்பூ பொய்சாட்சி சொல்ல... அதனால் வெகுண்டு எழுந்த சிவபெருமான், தாழம்பூவை பூஜைக்கு உகந்தது ஆகாது எனப் புறக்கணித்தார். பிரம்மாவின் பதவியைப் பறித்ததுடன், அவருக்கு தனி ஆலயம் இல்லை என்றும் சாபமிட்டார்.

அதுமட்டுமா?! பிரம்மா பொய் சொன்னதும், 'என்ன, இவர் சொல்வது உண்மையா?' என்று சிவபெருமான் கேட்க, பிரம்மனின் முகதாட்சண்யத்துக்காக 'ஆமாம்' என்று தலையாட்டிய காமதேனு, அதேவேளையில், தன் வாலை அசைத்து 'இல்லை' என்பது போல் சைகை செய்ததாம். இதனால் கோபமுற்ற சிவனார் விடுத்த சாபத்தால்தான், பசுவின் முகத்தை வணங்காமல், பின்பக்கத்தில் லக்ஷ்மி வாசம் செய்கிறாள் என்றும் அதை வணங்குவதே சிறப்பு என்றும் ஆனதாகத் தெரிவிக்கிறது புராணம்.

அதேபோல், இறுமாப்புடன் இருந்த பிரம்மாவின் ஒரு சிரசை சிவனார் கொய்தார் அல்லவா... அப்போது அவர் எடுத்த வடிவமே காலபைரவர் என்கின்றன புராணங்கள்.

இதோ... இந்தத் திருப்பட்டூரில், இழந்த பதவியான படைப்புத் தொழிலைத் திரும்பப் பெற்றுக்கொண்டதுடன், ஆலயத்தில் அழகிய சந்நிதியும் கொண்டு, தன்னை நாடி வருவோருக்கு அருள்மழை பொழிகிற பிரம்மா குடிகொண்டு இருக்கும் அற்புதத் தலத்தில், கலியுகக் காவல் தெய்வமாம் காலபைரவரும் விசேஷ வரங்கள் தருகிற வள்ளலாகக் காட்சி தருகிறார்.

தேய்பிறை அஷ்டமி நாளில், ராகுகால வேளையில் கால பைரவரை வழிபடுவது சிறப்பு. அப்போது அவருக்குச் சிறப்பு அபிஷேகங்களும் பூஜைகளும் நடைபெறுகின்றன. இப்படியான ஆராதனைகளும் பூஜைகளும் ஆலயங்கள் பலவற்றிலும் உண்டு என்றாலும், திருப்பட்டூர் என்கிற மிகுந்த சாந்நித்தியம் கொண்ட திருத்தலத்தில் காலபைரவர் காட்சி தருகிற விநோதமே தனி!

பொதுவாக, கோயிலின் வடகிழக்கு மூலையில், தெற்கு நோக்கியபடி காட்சி தரும் காலபைரவர், இங்கே, மேற்கு நோக்கிய

நிலையில் தரிசனம் தருகிறார். அதுமட்டுமா? இவரின் வலது செவியும், அதில் இருக்கிற தாடங்கமும் சற்றே வித்தியாசமாக இருப்பதையும் அறியலாம்.

அத்துடன், காலபைரவருக்கு இடது பக்கத்தைவிட வலது பக்கத்தில் சற்று தாராளமாகவே இடம் உள்ளது. தேய்பிறை அஷ்டமியில், ராகுகால வேளையில், காலபைரவரைத் தரிசித்து, அவரின் வலது காதில் நம் பிரச்னைகளைச் சொல்லி வணங்குவதற்காகத்தான் வலது காது வித்தியாசமாக இருக்கிறது. வலது பக்கத்தில் நிறைய இடம் விட்டு மூர்த்தத்தைப் பிரதிஷ்டை செய்துள்ளனர் என்று நினைக்கத் தோன்றுகிறது.

திருப்பட்டூருக்கு தேய்பிறை அஷ்டமியின் ராகுகால வேளையில் வந்து, காலபைரவரை வணங்கி, அவரிடம் கோரிக்கைகளை வைத்தால், வழக்குகளில் இருந்தும் பிரச்னைகளில் இருந்தும் விரைவில் நிவாரணம் பெறலாம்; இழந்த பொருள், இழந்த பதவி, இழந்த செல்வம், இழந்த கௌரவம் ஆகியவற்றை மீண்டும் தந்தருள்வார் எனப் போற்றுகின்றனர் பக்தர்கள்.

தவிர, காலபைரவருக்கு நேர் எதிரில் கஜலக்ஷ்மி தரிசனம் தருகிறாள். இதுவும் விசேஷ அமைப்பு என்கின்றனர். எனவே, இங்கு வந்து காலபைரவ மூர்த்தியை வணங்கித் தொழுதால், கடன் தொல்லைகள் அனைத்தும் விலகி, சகல ஐஸ்வரியங்களும் பெற்று வாழலாம் என்பது ஐதீகம்!

இந்தக் கலியுகத்தில், சமீபகாலமாகவே காலபைரவ வழிபாடு அதிகரித்து வருகிறது. தேய்பிறை அஷ்டமியின் ராகு காலத்தில் இங்கு வந்து, ஒரு நட்சத்திரத்துக்கு ஒரு மிளகு வீதம் 27 நட்சத்திரங்களுக்கு 27 மிளகு என எடுத்து, ஒரு துணியில் கட்டி, அதை அகல் விளக்கிலிட்டு, நல்லெண்ணெயால் தீபமேற்றி வழிபட்டால், சகல தோஷங்களில் இருந்தும் நிவாரணம் பெறலாம். எதிரிகள் தொல்லை என்பதே இனி இல்லை. இழுபறியாக இருக்கிற வழக்குகளில் நல்ல தீர்ப்பு கிடைக்கப் பெறுவார்கள் என்பது ஐதீகம்!

நான்கு திருக்கரங்களுடன் உடுக்கை, பாசம், அங்குசம் ஏந்தி, இடது கையில் அமிர்தகலசத்தைத் தாங்கியபடி காட்சி தரும் காலபைரவரின் மூர்த்தத்தைத் தரிசித்துக்கொண்டே இருக்கலாம். அத்தனை நேர்த்தி; அவ்வளவு அழகு! அவரின் இடுப்பில் சுற்றிக்கொண்டிருக்கிற நாகம், அந்த அமிர்தகலசத்தைத் தாங்கியபடி இருப்பதை நுட்பமாக சிற்பத்தில் வடித்த அந்தச் சிற்பிக்கு, எந்த மன்னன் என்ன பரிசு தந்தானோ, தெரியவில்லை! அந்தப் புண்ணியவான், இந்தச் சிற்பக்கலையின் மூலமாக இன்றைக்கும் வாழ்ந்துகொண்டு இருக்கிறான்.

காலபைரவர்

தொடர்ந்து ஆறு தேய்பிறை அஷ்டமி நாட்களில், காலபைரவருக்கு செவ்வரளி மாலை சார்த்தி வேண்டிக் கொண்டால், திருமண தோஷங்கள் விலகி, கல்யாண மாலை தோள் சேரும். பிள்ளைச் செல்வம் இல்லையே என வருந்துவோருக்கு, குழந்தை வரம் தந்தருள்வார் காலபைரவர் என, கோயிலுக்கு வந்திருந்த பெண்கள் பலரும் சொல்லிப் பூரிக்கின்றனர்.

'ஓம் காலகாலாய வித்மஹே; காலதீதாய தீமஹி தந்நோ காலபைரவ ப்ரசோதயாத்' எனும் காலபைரவ காயத்ரியைச் சொல்லி, தினமும் வழிபடுங்கள்.

ஒரு தேய்பிறை அஷ்டமி நாளில், ராகுகால வேளையில், திருப்பட்டூர் காலபைரவருக்கு, வடைமாலை சார்த்தி வழிபடுங்கள். அல்லது, தயிர்சாதமோ சம்பா சாதமோ நைவேத்தியம் செய்து வணங்குங்கள். முக்கியமாக, கொஞ்சம் கடலை உருண்டையும் நைவேத்தியம் செய்து மனம் குவித்துப் பிரார்த்தனை செய்யுங்கள். அதில் குளிர்ந்துபோய், உங்கள் வாழ்க்கையையே தித்திக்கச் செய்வார் காலபைரவர்!

காசி விஸ்வநாதர்

'**தி**ருப்பதிக்குச் சென்று வந்தால், வாழ்வில் நல்ல திருப்பங்கள் நிச்சயம்' என்பார்கள். இன்றைய பொழுது மட்டுமின்றி, அடுத்தடுத்த பொழுதுகளும் நாட்களும் மிகச் சிறப்பாக அமைய வேண்டும் என நினைக்காதவர்கள் உண்டா என்ன?

அதனால்தான், 'அப்பா ஸ்ரீநிவாசா... இன்னிக்கி இருக்கிற வாழ்க்கையைவிட, இன்னும் மேலான, நல்லதொரு வாழ்க்கையையும் வசதியையும் எங்களுக்குக் கொடு' என்கிற பிரார்த்தனையுடன் லட்சக்கணக்கான பக்தர்கள், இந்தியாவின் பல ஊர்களில் இருந்தும் திருப்பதிக்குச் சென்று வருகின்றனர். அப்படி வேங்கடவனைத் தரிசித்துப் பிரார்த்தித்து வந்த பிறகு, நல்ல திருப்பங்கள் ஏற்பட்டு, சகல செளபாக்கியங்களுடன் வாழ்பவர்கள் நம் தேசத்தில் ஏராளம். அதனால்தான், திருமலைத் திருப்பதிக்கு அடிக்கடி சென்று வருவோர், வருடத்துக்கு மூன்று நான்குமுறை சென்று வருவோர்,

விகடன் பிரசுரம்

வருடக் கணக்கு துவங்குவதற்கு முன்பாகச் சென்று தரிசிப்போர், நினைத்தபோதெல்லாம் சென்று கோவிந்தனை சேவிப்போர் என பக்தர்கள் தினமும் திருமலையில் குவிந்தவண்ணம் இருக்கின்றனர்.

திருப்பட்டூரின் அற்புதங்களைச் சொல்லி வருகிற இதில், திருமலையைப் பற்றி ஏன் சொல்ல வேண்டும் என்று நினைக்கிறீர்கள்தானே?!

இறை சாந்நித்தியங்கள் நிறைந்த திருப்பட்டூர் திருத்தலம் வெறும் ஊர் அல்ல. கோயில்களும் மக்களும் நிறைந்திருக்கிற சிறிய ஸ்தலம் இல்லை. முனிவர்களும் யோகிகளும் சித்த புருஷர்களும் அடியவர்களும் தவமிருந்து, இறையின் பேரருளைப் பெற்ற புண்ணிய பூமி. படைப்புத் தெய்வமாம் பிரம்மனின் இழந்த பதவியையே சிவனார் தந்தருளிய ஒப்பற்ற திருவிடம். இத்தனைப் பெருமைகள் கொண்ட திருப்பட்டூர், இந்தக் கலியுகத்தில் மிக மகோன்னதமான இடத்துக்கு உயரும். இந்தத் தலத்தில் அடியெடுத்து வைக்கிற அன்பர்கள் அனைவருக்கும், வாழ்வில் நல்ல ஏற்றங்களையும் மாற்றங்களையும் தந்து, அவர்களை உய்விக்கும் தலம் என எல்லோராலும் போற்றப்படும் என்று ஓலைச்சுவடிகளில் குறிப்பிடப்பட்டுள்ளன.

ஓலைச்சுவடிகளில் இப்படியான தகவல்களைக் குறித்து வைத்த தவசீலர் யார் என்று தெரியவில்லை. ஆனால், இன்றைக்கு திருப்பட்டூர் எனும் திருத்தலம், தமிழகத்தையும் கடந்து பெங்களூரு, ஆந்திரா முதலான மாநிலங்களுக்கும் சென்று பரவி, தன் சாந்நித்தியத்தைத் தெளிவுற உணர்த்தி, அங்கு உள்ளவர்களையும் தன்னிடம் ஈர்த்து வருவதாகச் சொல்கின்றனர், திருப்பட்டூர் கோயில்களின் அர்ச்சகர்கள்.

வியாக்ரபாதர், பதஞ்சலி முனிவர் ஆகியோருக்கு அருள்பாலித்த காசி விஸ்வநாதர் மற்றும் பிரம்மபுரீஸ்வரரின் மகிமைகளையும் மகோன்னதங்களையும் இன்றைக்கு அறிந்திருப்பவர்கள் அநேகம் பேர். ஆனால், கடந்த பத்துப் பதினைந்து வருடங்களுக்கு முன்பு வரை, திருப்பட்டூர் கோயில்களுக்கு நித்தியப்படி பூஜைகள் மட்டுமே நடைபெறும். அந்தப் பூஜையில் கலந்துகொண்டு, ஸ்வாமியையும் அம்பாளையும் தரிசிப்பதற்குக்கூட பக்தர்கள் யாரும் வரமாட்டார்களாம்!

திருச்சி, முசிறி மற்றும் துறையூர் என சுற்று வட்டார ஊர்களைச் சேர்ந்தவர்களுக்குக்கூட, திருப்பட்டூர் என்கிற ஊரே தெரியாமல் தான் இருந்தது. பூஜையில் ஸ்வாமிக்குப் படைத்த நைவேத்தியத்தை பெற்றுக்கொள்வதற்குக்கூட பக்தர்கள் வராத நிலையில் இருந்ததாக, பல வருடங்களாகக் கோயில் பூஜையில் ஈடுபட்டு வந்த, வயதான குருக்கள் ஒருவர் தெரிவித்தார்.

பொங்கிப் பிரவாகிக்கிற கங்கையை, ஒரு குவளைக்குள் அடைக்க முடியாது. மனிதனுக்கு இயற்கையாகத் தெய்வம் தந்த திறமையை, எவராலும் மறைக்கவோ முடக்கிப் போடவோ முடியாது. ஒரு கனிந்த தருணத்தில், ஓர் அற்புதமான பொழுதில், அந்தத் திறமை வெளிப்பட்டே தீரும் என்பது விதி!

'விதியை மதியால் வெல்ல முடியுமா?' என்று மகான் ஒருவரிடம் கேட்டதற்கு, 'விதியை மதியால் வெல்வதும் விதியே!' என்று, சூட்சுமமாக இறை நடத்துகிற விளையாடல்களை, சூட்சுமமாகவே விளக்கினார் அந்த மகான். அதாவது, விதியை மதியால் வெல்லுகிற விதி இருந்தால், அப்படி எழுதி வைக்கப்பட்டிருந்தால், அது நடந்தே தீரும் என்பதை உணர்த்துகிற, அற்புதமான வரிகள் இவை. இதனால்தான், இந்தத் தலத்துக்கு வரும் அடியவர்களுக்கு, 'விதி இருப்பின் விதி கூட்டி அருளுக!' என பிரம்மாவுக்கு உத்தர விட்டார் சிவப்பரம்பொருள்.

அன்றைக்கு, இறைவனுக்கு... அடுத்த வஸ்திரம் சார்த்துவதற்கு என்ன செய்வது எனக் கை பிசைந்து தவித்த அர்ச்சகர்கள் உண்டு. இன்றைக்கு ஸ்வாமி, அம்பாள், பிரம்மா, முருகன், வியாக்ரபுரீஸ்வரர்,

காசி விஸ்வநாதர்

பதஞ்சலி முனிவர் என சகல தெய்வத் திருமேனிகளுக்கும் வஸ்திரம் சார்த்தவும், நைவேத்தியம் செய்யவும் எங்கிருந் தெல்லாமோ அன்பர்கள், தினமும் வந்தவண்ணம் இருக் கின்றனர்.

எது எப்போது வெளிப்பட வேண்டுமோ, அது அந்தத் தருணத்தில் வெளிப்பட்டே தீரும். குருவருள் கோலோச்சுகிற அற்புதத் தலமாம் திருப்பட்டூர், ஓலைச்சுவடியில் எந்த முனிவரோ சித்தரோ அருளியபடி, மிகப் பெரிய தலமாக, திருப்பதிக்கு நிகராகப் போற்றி வணங்கக்கூடிய ஆலயமாகத் திகழப்போகிற காலம் வந்து விட்டதாகவே உள்ளுணர்வு சொல்கிறது.

திருப்பட்டூரில் உள்ள காசி விஸ்வநாதர் மற்றும் பிரம்மபுரீஸ்வரர் கோயில்களில், ஒவ்வொரு பிரதோஷமும் பிரமாண்டமாகக் கொண்டாடப்படுகிறது. ஐப்பசியில் அன்னாபிஷேகம், கார்த்தி கையில் தீபம், மார்கழியில் திருவாதிரை என மாதந்தோறும் விழாக்களும் கொண்டாட்டங்களும் குறைவின்றி நடந்துகொண்டு இருக்கின்றன.

வியாழக்கிழமைகளில், வியாக்ரபுரீஸ்வரர் மற்றும் பதஞ்சலி முனிவரின் திருச் சமாதிகளுக்கு வஸ்திரம் சார்த்தி, சமாதிக்கு அருகில் 10 அல்லது 20 நிமிடங்கள் கண் மூடி அமர்ந்து தியானம் செய்கிற அன்பர்களைப் பார்க்க முடிகிறது. திருச்சி, புதுக்கோட்டை, தூத்துக்குடி, நெல்லை, சென்னை எனப் பல ஊர்களில் இருந்தும் அன்பர்கள் பலரும் குழுவாகத் திருப்பட்டூருக்கு வேன் மற்றும் கார்களில் வந்து இறங்குகின்றனர். கோயிலுக்குள் சென்று, சட்டென்று தனித் தனியே பிரிந்து, கோயிலின் ஓரிடத்தில் அல்லது திருச் சமாதிகளுக்கு அருகில் அல்லது பிரம்மாவின் திருச்சந்நிதிக்கு அருகில் என அமர்ந்துகொண்டு, தனக்குள் தன்னைத் தேடுகிற தியானத்தில் லயிக்கின்றனர்.

தன்னுடைய நட்சத்திர நாளில், குடும்ப சகிதமாக இங்கு வந்து பிரம்மாவுக்கு மஞ்சள் காப்பு செய்து பிரார்த்தித்துச் செல்கிற அடியவர்களைப் பார்க்கும்போது, ஸ்வாமி மற்றும் அம்பாளுக்கு அபிஷேகங்கள் செய்கிற சக மனிதர்களைக் காணும்போது, 'திருப்பட்டூர்... திருப்பட்டூர்... திருப்பட்டூர்...' என உள்ளுக்குள் சொல்லிச் சொல்லிப் பூரிக்கிறது, மனம்!

திருப்பட்டூர் காசி விஸ்வநாதர் கோயிலிலும் பிரம்மபுரீஸ்வரரின் ஆலயத்திலும் விமரிசையாக நடைபெறுகிற பிரதோஷ பூஜையைத் தரிசிக்க ஏங்குகின்றன கண்கள்.

பிரதோஷ பூஜையைத் தரிசிப்போம், வாருங்கள்!

பிரதோஷம்

குழந்தைகள், தங்களுக்குத் தின்பண்டமோ விளையாட்டுப் பொருள்களோ வேண்டும் என்றால், தகப்பனிடம் கேட்பார்கள். ஆனால், எல்லா நாளிலும், எப்போதும் கேட்டால் கிடைத்துவிடுமா? அப்பா மாதச் சம்பளம் வாங்கிய நேரமாகப் பார்த்துக் கேட்டால், கிடைக்கிற வாய்ப்பு அதிகம். அதிலும், போனஸ் போன்ற சிறப்புத் தொகைகள் கைக்கு வந்திருக்கிற தருணத்தில், குழந்தைகள் ஆசைப்பட்டுக் கேட்கும் எதையும் தட்டாமல் வாங்கிக் கொடுக்கும் பாசக்கார அப்பாக்கள் இருக்கிற உலகம்தானே இது?!

அதாவது, கையில் காசு-பணத்துடன அப்பா தாராளமாக, சந்தோஷமாக, குதூகலமாக இருக்கிறபோது, பிள்ளைகள் என்ன கேட்டாலும் கிடைக்கும். சந்தோஷமாகவும் நிறைவாகவும் இருக்கிற உள்ளம், பிறரையும் சந்தோஷப்படுத்தும்; நிறைவாக்கும்! நமக்கெல்லாம் தகப்பனாகத் திகழ்கிற பரமேஸ்வரனிடம், எல்லா நாளிலும், என்ன

நந்திதேவர்

நரசிம்மர்

கேட்டாலும் கிடைக்கும் என்பது உண்மைதான். என்றாலும், முக்கியமானதொரு நாளில், நாம் கேட்பனவற்றையெல்லாம் தந்தருளும் மகிழ்ச்சியான நிலையில் இருக்கிறார் சிவனார். அந்த நாள்... பிரதோஷத் திருநாள்!

கடந்த பல வருடங்களாக, தமிழகத்தில் இரண்டு விஷயங்கள், மக்களால் அதிகம் வழிபடப்பட்டு வருகின்றன. இருபது வருடங்களுக்கு முன்பு வரை, மிகச் சொற்பமான அளவு பக்தர்களே திருவண்ணாமலைக்கு வந்து, கிரிவலம் மேற்கொண்டார்கள். திருவண்ணாமலை, புராதனமான தலமாக இருந்தாலும், அங்கே கிரிவலம் வந்து, இறைவனை வணங்கும் முறை குறித்து அவ்வளவாக யாரும் அறிந்திருக்கவில்லை. பின்னர், இதை அறிந்த அன்பர்கள், திருவண்ணாமலை கிரிவல தரிசனத்தை மெல்ல மெல்ல மேற்கொள்ளத் துவங்கினார்கள். இன்றைய தினம் பௌர்ணமியன்று பல்லாயிரக்கணக்கான அன்பர்கள் கிரிவலம் வருகிறார்கள். அதேபோல், பிரதோஷ வழிபாடு என்பதும் புராண காலம் தொட்டே இருந்து வருவதுதான். சிவாலயங்களில் பிரதோஷ தினத்தன்று நந்திதேவருக்கு வழிபாடுகள் சிறப்புற நடைபெற்று வருகின்றன. என்றாலும், கடந்த பதினைந்து வருடங்களில், பிரதோஷத்தன்று சிவாலயத்துக்குச் சென்று இறைவனை வழிபடுகிற அன்பர்கள் அதிகரித்துவிட்டனர்.

இரவும் பகலும் உரசிக்கொள்கிற அந்தி வேளையே பிரதோஷ காலம்! இந்த நாளில், சிவ தரிசனம் செய்து, நந்திதேவருக்கு

விகடன் பிரசுரம்

அபிஷேகம் செய்ய வேண்டும் என்பதற்காக, அபிஷேகப் பொருட்களை வாங்கிக்கொண்டு, அலுவலகத்தில் அரை நாள் விடுமுறை எடுத்துக்கொண்டு, பிரதோஷ பூஜையில் பங்கேற்கிற அன்பர்களைப் பார்க்க முடிகிறது.

பிரதோஷம் என்பதற்கு எண்ணற்ற காரணங்கள் சொல்லப் படுகின்றன. பிரபஞ்சத்துக்கு வந்தப் பேராபத்தை, மிகப் பெரிய தோஷத்தை நிவர்த்தி செய்த வேளையைத்தான் பிரதோஷ காலம் என்கிறோம். தேவர்களும் அசுரர்களும் பாற்கடலைக் கடையும்போது, அதிலிருந்து வெளிப்பட்ட ஆலகால விஷத்தை உண்டு, உலகைக் காத்தருளி, திருநீலகண்டன் எனும் திருநாமம் பெற்ற நாள்தான் பிரதோஷம். ஆகவே, இந்த நாளில் சிவனாரை வணங்கித் தொழுதால், சகல தோஷங்களும் நிவர்த்தியாகும்!

அதேபோல், நந்தியின் இரண்டு கொம்புகளுக்கு நடுவில், ஆடல் வல்லானான சிவப்பரம்பொருள் ஆனந்தத் திருநடனம் புரிந்ததும் பிரதோஷ காலத்தில்தான்.

சந்தோஷமாகவும் குதூகலமாகவும் இருக்கிற தகப்பன் தன் குழந்தைகளுக்கு எது கேட்டாலும் வாங்கித் தருவது போல், ஆனந்த நடனம் புரியும் சிவனார், அவர்தம் பிள்ளைகளான நமக்கு, நாம் கேட்பதையெல்லாம் தந்தருள்வார், அந்த நாளில்!

நந்தியின் கொம்புகளுக்கு இடையே திருநடனம் புரிகிறபோது, பிரம்மா, விஷ்ணு, முப்பத்து முக்கோடி தேவர்கள், முனிவர்கள், ஞானிகள் எனப் பலரும் இருந்தனராம். எனவே பிரதோஷ நாளில் சிவ தரிசனம் செய்தால், அனைவரின் பேரருளும் கிடைத்துப் பெருவாழ்வு வாழலாம் என்பது ஐதீகம்!

பிரம்மா, பதஞ்சலி மற்றும் வியாக்ரபாதர் முனிவர்கள் அருள்பாலிக்கிற திருப்பட்டூர் திருத்தலத்தில், பிரதோஷ பூஜையைத் தரிசித்து அருள் பெற இன்னொரு விசேஷ காரணமும் உண்டு. மகாவிஷ்ணு இரண்யனை நரசிம்மமாக அவதரித்து வதம் செய்தார் அல்லவா? அந்தத் திருநாளும்கூட, இரவும் பகலும் அல்லாத அந்திப்பொழுதான பிரதோஷ காலத்தில்தான்!

இங்கே, பிரம்மபுரீஸ்வரர் கோயிலில், நந்திதேவருக்கு அருகில் உள்ள தூண்களில், நரசிம்ம மூர்த்தம் இரண்யனை வதம் செய்யும் சிற்பங்கள் வடிக்கப்பட்டு உள்ளன. அதாவது, பிரதோஷ நாளில் நந்திதேவரையும் நரசிம்மரையும் ஒருசேரத் தரிசித்து, சகல தோஷங்களில் இருந்தும் விடுபடலாம் என்பது நம்பிக்கை!

சோமவாரப் பிரதோஷமும் சனிக்கிழமையன்று வருகிற பிரதோஷமும் மிகச் சிறப்பு வாய்ந்ததாகச் சொல்வர். சோமவாரப் பிரதோஷம், சொத்துகளை மீட்டுத் தரும். சனிப் பிரதோஷ தரிசனம் சர்வ பாப விமோசனம்! இங்கே... திருப்பட்டூர் தலத்தில், எந்த நாளில் வருகிற பிரதோஷமாக இருந்தாலும், காசி விஸ்வநாதரையும் பிரம்மபுரீஸ்வரரையும் கண்ணாரத் தரிசித்தால், இந்த வாழ்க்கையின் மொத்த கவலைகளும் சோகங்களும் காணாமல் போகும்! இந்த அற்புத நாளில், இங்கு வந்து தரிசித்துப் பலன் பெற்ற அன்பர்கள் ஏராளம். அவர்களின் அனுபவங்கள்... கேட்கக் கேட்க, சிலிர்ப்பைத் தருபவை.

ஆகவே, பாவங்கள் விலகி புண்ணியங்களைப் பெருக்குகிற பிரதோஷ நாளில், திருப்பட்டூருக்கு வாருங்கள். இங்கு காசிவிஸ்வநாதர் மற்றும் விசாலாட்சியையும் பிரம்மபுரீஸ்வரர் மற்றும் பிரம்ம சம்பத்கௌரியையும் மனதார வழிபடுங்கள்.

முடிந்தால் விபூதி, திரவியப்பொடி, பன்னீர், பால் முதலான அபிஷேகப் பொருட்களுடன் செல்லுங்கள். நந்திதேவருக்குச் செய்கிற அபிஷேகத்தில், சிவனார் குளிர்ந்து போவார். நீங்கள் கேட்டதையெல்லாம் தந்து, உங்கள் ஒட்டுமொத்த வாழ்க்கையையும் நல்லவிதமாக திசை திருப்பி அருள்வார்!

அர்ச்சகர்கள்

'**நா**ன் நன்றாக இருக்க வேண்டும்; என் குடும்பமும் குழந்தையும் க்ஷேமமாக இருந்து, சிறப்புற வாழ வேண்டும்' என்று நாம் நமக்காகப் பிரார்த்திப்போம். அதே நேரம், நமக்காக இன்னொரு நபரும் பிரார்த்தனை செய்வார். அதனால்தான் அவர்களை ஆச்சார்யர்கள், குருக்கள் என்றெல்லாம் போற்றுகிறோம். 'இந்த நட்சத்திரக்காரர்கள், இந்த கோத்திரத் துக்கு உரியவர்கள், இங்கே உன் சந்நிதானத் துக்கு வந்திருக்கிறார்கள். அவர்களுக்கு எல்லா க்ஷேமங்களையும் தந்து நீதான் அருள் புரியணும்!' என்று அவர்கள் நமக்காகப் பிரார்த்தனை செய்துகொள்கிறார்கள்.

நம் பெயரையும் இல்லாளின் பெயரையும் குழந்தைகள் மற்றும் பெற்றோரின் பெயர் களையும் சொல்லி அவர்கள் அர்ச்சனை செய்யும்போதே, நம் மனதுள் இருக்கிற முக்கால்வாசி துக்கங்கள் பறந்தோடிவிடும். இதனால்தான், கோயிலால் பிராபல்யம் அடைந்த ஆச்சார்யர்களைவிட, அவர்களால் அந்தக் கோயில் இன்னும் மேன்மையுறுவதாக நினைக்கிறோம்.

திருப்பட்டூர் அற்புதங்கள்!

இத்தனைச் சிறப்புகள் கொண்ட சிவாச்சார்யர்களுக்கும் இந்தத் திருப்பட்டூருக்கும் என்ன சம்பந்தம் என்கிறீர்களா?

இந்தப் பூவுலகில் எத்தனையோ சிவாலயங்கள் உள்ளன. அந்தந்தத் தேசத்து மன்னர்கள், அந்த இடத்தின் பெருமையை, தலத்தின் கீர்த்தியை அறிந்து, அங்கே கோயிலை எழுப்பி, அந்தணர்களை, ஆச்சார்ய புருஷர்களை நியமித்து, அவர்களுக்கு நிலம் ஒதுக்கித் தந்து, வீடு கட்டிக் கொடுத்து, அவர்களை மிக சௌகர்யமாகப் பார்த்துக் கொண்டார்கள். சிவ தரிசனம் செய்வதே பெரும் புண்ணியம்; சிவ பூஜை செய்வது என்றால் எத்தகைய பாக்கியமாக, எந்த ஜென்மத்துப் புண்ணியமாக இருக்க வேண்டும்?!

ஆகமங்களைக் கட்டிக் காக்கிற, இறை வழிபாட்டை இன்னும் இன்னும் வளர்க்கிற சிவாச்சார்யர்களுக்கு அருள்பாலிக்கிற ஒப்பற்ற தலம், இந்தத் திருப்பட்டூர். அதனால்தான், 'ஆகமச் செல்வர்களுக்கு அருள் நல்கும் இறைவனே!' என்று இந்தத் தலத்து இறைவனை, போற்றிப் புகழ்ந்துள்ளனர்.

வேதங்களை பூரணமாகக் கற்றுக்கொண்டு, அதை இறைச் சந்நிதியில் உச்சரித்து, அதனால் அந்தக் கோயிலுக்கு இன்னும் இன்னும் சக்தியையும் சாந்நித்தியத்தையும் பெருக்குகிற கடமைக்கு உரியவர்கள் சிவாச்சார்யர்கள். அவர்களும் அவர்கள்தம் குடும்பத்தாரும் வாழ்வாங்கு வாழ, அவர்களின் சந்ததிகள் சீரும் சிறப்புமாக செழிக்க, திருப்பட்டூரின் பிரம்மபுரீஸ்வரரும் காசி விஸ்வநாதரும் அருள்புரிகின்றனர். உலகம் முழுவதும் உள்ள சிவ ஸ்தலங்களில் இறைப் பணியாற்றும் சிவாச்சார்யர்கள், அர்ச்சகர்கள், குருக்கள்மார்கள் என அனைவரும் வாழ்வில் ஒருமுறையேனும் இந்தத் தலத்துக்கு வந்து, காசி விஸ்வநாதரையும் பிரம்மபுரீஸ்வரரையும் கண்ணாரத் தரிசித்து, வணங்கினால் போதும்... அவர்கள் அகமும் புறமும் புத்தொளி பெற்று, புதிய தேஜஸுடன் சிவத்தொண்டு புரிவர் என்பது ஐதிகம்! அவர்கள் சந்ததி, சீரும் சிறப்புமாக வாழும் என்பது உறுதி.

சிவனடியார்கள் கொண்டாடுகிற தலம் என்றும், சிவாச் சார்யர்களுக்கு அருள் வழங்குகிற அற்புதத் திருவிடம் என்றும் திருப்பட்டூரைப் பார்த்தோம். இந்தத் தலத்துக்கு இன்னொரு சிறப்பும் உண்டு.

'தில்லை மூவாயிரம்; திருப்பிடவூர் மூவாயிரத்து ஒன்று' என்கிற சொலவடை ஒன்று ஒருகாலத்தில் இருந்ததாம்! அதாவது, தில்லையம்பதி எனப்படும் சிதம்பரத்தில் மூவாயிரம் அந்தணர்கள் இருந்தார்கள். இங்கே திருப்பட்டூரில் மூவாயிரத்தொரு அந்தணர்கள் வாழ்ந்தனர் என்று அர்த்தமாம். ஆக, ஒருகாலத்தில் மிகச் செழிப்பாக இருந்து, எப்போதும் வேத கோஷங்கள் காற்றில் நிரம்பித் ததும்பிய புண்ணிய பூமியாக, இந்தத் திருப்பட்டூர் திகழ்ந்திருக்கிறது.

ஆக, வியாக்ரபாதர், பதஞ்சலி முனிவர் என சிவ யோகிகளுக்கு அருள்பாலித்து, அவர்களை ஆட்கொண்டு அருளிய சிவனார் குடியிருக்கும் திருத்தலம் திருப்பட்டூர். அதேபோல், ஆகம விதிகளை மீறாமல், வேதங்களை உச்சரித்து, உரிய காலங்களில் பூஜைகளைச் செய்து, இறைவனை அபிஷேகித்து, அலங்கரித்துத் தொண்டு செய்கிற, சேவையாற்றுகிற சிவாச்சார்யர்களுக்கு அருளை அள்ளி வழங்குகிற திருவிடம், திருப்பட்டூர்.

எல்லாவற்றுக்கும் மேலாக, சிவ சாபத்துக்கு ஆளாகி, அதில் இருந்து மீண்டு, இழந்த பதவியை அடைந்த பிரம்மா தனிச்

திருப்பட்டூர் அற்புதங்கள்!

சந்நிதியில் அருள்பாலிக்கிற க்ஷேத்திரமும் இதுவே! 'இங்கு வருகிற என் அடியவர்களுக்கு, விதி இருப்பின் விதி கூட்டி அருளுக!' என சிவனாரின் திருவாக்கின்படி, இந்தத் தலத்துக்கு வருகிற அன்பர்களின் தலையெழுத்தையே மாற்றி அமைத்துத் திருத்தி அருள்கிற பிரம்மாவின் பேரருள் நிறைந்திருக்கிற அற்புதமான ஸ்தலம்!

'திருப்பதிக்குச் சென்றால் திருப்பம் நிகழும்' என்பது போல், 'திருப்பட்டூர் சென்று வந்தால், வாழ்வில் முன்னேற்றங்கள் நிச்சயம்' என்று சொல்கிற அடியவர்கள் ஏராளம். காசி விஸ்வநாதர் விசாலாட்சியுடன் தனியே கோயில் கொண்டு இருப்பதால், இது காசிக்கு நிகரான தலம் என்கின்றனர் ஒரு சாரார். வியாக்ர பாதர் உண்டுபண்ணிய தீர்த்தத்தில், அந்தக் கங்கை நீரே வந்து கலந்ததாக ஐதீகம். எனவே, இங்கே காசி விஸ்வநாதர் கோயிலுக்கு அருகில் உள்ள தீர்த்தம், கங்கைக்கு நிகரானது எனச் சொல்லி பரவசப்படுகின்றனர் பக்தர்கள். 'இந்தத் தலம், மிகப் பிராபல்யமான புண்ணியத் தலமாக எல்லா திசைகளிலும் உள்ள மக்களுக்குத் தெரியும் காலம் வெகு தொலைவில் இல்லை' என்று சொல்கிற ஓலைச்சுவடியின் வாக்கு பலித்துக்கொண்டிருக்கிற தருணம் இது.

ஆகமச் செல்வர்களுக்கு, சிவாச்சார்யர்களுக்கு அருள் வழங்கும் திருப்பட்டூரில் காலடி வைத்ததுமே சிலிர்க்கிறது மனம். 'என் சிவனே! எந்த ஜென்மத்துப் புண்ணியமோ இது!' என்று அவன் திருச் சந்நிதிக்குள் நெருங்குகிற வேளையில், நெக்குருகிப் போகிறது இதயம்.

'திருப்பட்டூர், திருப்பட்டூர், திருப்பட்டூர்...' என்று புண்ணிய பூமியின் பெயரைச் சொல்லிச் சொல்லியே பூரித்துப்போகிறது மனம்.

பிரம்மபுரீஸ்வரர் கோயிலாகட்டும், காசி விஸ்வநாதர் ஆலய மாகட்டும்... இந்தக் கோயில்களைக் கட்டுகிற பணியில் இருந்த அனைத்து அன்பர்களையும் சிற்பிகளையும் கையெடுத்துத் தொழத் தோன்றுகிறது.

ஒரு காலைப் பொழுதில், இந்தத் தலத்துக்கு வந்து, காசி விஸ்வநாதர் மற்றும் பிரம்மபுரீஸ்வரர் கோயில்களுக்குச் சென்று, எந்தப் பதற்றமும் பரபரப்பும் இல்லாமல், மிக நிதானமாக, சந்நிதி சந்நிதியாகச் சென்று, நின்று, ஆழ்ந்த ஈடுபாட்டுடன் வழிபடுங்கள். ஆகமச் செல்வர்களுக்கு அருளும் இறைவன், அடியவர்களாகிய நம் தலையெழுத்தையே திருத்தித் தந்தருள்வார்.

கர்வத்தைக் கைவிடுங்கள்!

‘ஒன்றை இழந்தால்தான் ஒன்றைப் பெற முடியும்’ என்பதே உலக நியதி. அப்படி ஏதோ ஒன்றை இழந்து, இன்னொன்றைப் பெறுகிறபோது, அப்படிப் பெறப்பட்டது நமக்கு மகிழ்ச்சியையும் ஆனந்தத்தையும் தர வேண்டும். நமக்கு மட்டுமின்றி நம்மைச் சார்ந்தவர்களுக்கும் அதனால் மகிழ்ச்சியும் ஆனந்தமும் தருபவை அனைத்துமே நல்லவை என்றும், துக்கத்தையும் வேதனையையும் தருபவை அனைத்தும் கெட்டவை என்றும் நமக்குச் சொல்லித் தெரிய வேண்டும் என்பதில்லை! ஆக, கெட்டதை இழந்துவிட்டு, நல்ல விஷயத்தைப் பெறுகிறபோது, அந்த நிம்மதிக்கும் நிறைவுக்கும் எல்லையே கிடையாது அல்லவா?

திருப்பட்டூர் எனும் திருத்தலம், அருளை வாரி வழங்குகிற தலம். நம் தலையெழுத்தையே மாற்றித் திருத்தி, நல் வாழ்க்கையை நமக்குத் தந்து, நம்மைக் காத்தருள்கிறார்கள் சிவனாரும் பிரம்மாவும். இந்தத் தலத்துக்கு வந்து, சிவனாருக்கு அபிஷேகம் செய்து,

அம்பிகையருக்குப் புடவை சார்த்தி, பிரம்மாவுக்கு மஞ்சள் காப்பு செய்து, பிராகார வலம் வந்து மனமுருகி வேண்டிக்கொண்டால், நம் தலையெழுத்து மாறிவிடுமா? நல் வாழ்க்கை அமைந்துவிடுமா? சிவனாரின் அருளும் பிரம்மாவின் அருளும் ஒருசேர நமக்குக் கிடைத்துவிடுமா?

'ஒன்றை இழந்தால்தானே ஒன்றைப் பெற முடியும்?' அதாவது, நம்மிடம் இருக்கிற ஒன்றை இழந்து நின்றால்தான், இறைவனின் பேரருள் நமக்குக் கிடைக்கும். அப்போதுதான் நம் தலையெழுத்து திருத்தி எழுதப்படும். அப்படியெனில் எதை இழக்க வேண்டும்?

மன்னன் ஒருவன், மிகுந்த இறை பக்தி கொண்டவன். அதேபோல் மக்கள் மீதும் அதிக நேசத்துடன் இருந்தான். அவர்களுக்கு அன்னதானம் செய்து, பல நிதியுதவிகள் தந்து, நல்லாட்சி நடத்தினான். கடவுளின் திருவடியை அடைய வேண்டும் என்று ஆவல் கொண்ட மன்னன், ஊரின் வனப்பகுதியில் தங்கித் தவம் இயற்றி வந்த ஒரு ரிஷியைச் சந்தித்து, தன் ஆவலைத் தெரிவித்தான். அந்த ரிஷியோ, "மன்னா, நான் செத்ததும் வாருங்கள்" என்றார்.

'இவர் இறந்த பிறகு வருவதா? என்ன உளறுகிறார்? இவர் இறந்த பிறகு நான் வந்து என்ன பயன்?' என யோசித்துக்கொண்டே இருந்த மன்னனுக்குச் சட்டென்று அது புரிந்தது... 'நான்' எனும் கர்வம் செத்த பிறகு வா என்கிறார் ரிஷி. அதாவது, கர்வத்தை அழித்துவிட்டு வரச் சொல்கிறார்' என்று உணர்ந்துகொண்டான்.

'என்னைவிட இறைவன் மீது பற்று கொண்டவர் எவருமில்லை' என்கிற இறுமாப்பு மன்னனுக்கு! 'என் அளவுக்குக் கடவுளுக்கு அபிஷேக - ஆராதனைகள், திருப்பணிகள் செய்வதில், எனக்கு இணையானவர்கள் எவரும் இல்லை' என்று கர்வம்! அதேபோல், 'என்னைவிட நல்லாட்சியை எவரும் தரமுடியாது. மக்கள் நலனில் அக்கறை கொண்டவனை, உலகில் வேறெங்கும் பார்க்க முடியாது' என்று அகம்பாவத்துடன் இருந்தான் மன்னன்.

அகம்பாவமும் ஆணவமும் இருக்குமிடத்துக்குக் கடவுள் ஒருபோதும் வரமாட்டார். ஆணவம் எங்கு இருக்கிறதோ, அங்கே ஆண்டவனின் அருள் வியாபிக்காது போகும். இறுமாப்பு கொண்டவர்களிடத்தில், இறைவனின் பார்வைகூடப் படாது. 'நான்' என்பதை மறந்தால்தான், 'நான்' என்பதைத் துறந்தால்தான், 'நான்' என்பதை அழித்தால்தான் கடவுளின் அருளுக்குப் பாத்திரமாக முடியும்!

இறைவனே இறைவனைத் தொழுது வணங்கிய தலம் இது. ஆனானப்பட்ட பிரம்மா, சிவப் பரம்பொருளை வணங்கி வழிபட்டு, வரம் பெற்று, இழந்த தன் பதவியைத் திரும்பப் பெற்ற

விகடன் பிரசுரம்

தலம் இது. அப்படி வரத்தையும் இழந்ததையும் பெறுவதற்கு, பிரம்மாவும் ஒன்றை இழந்தார். ஒன்றை இழந்தால்தான் ஒன்றைப் பெற முடியும் என்பதை உலகுக்கு உணர்த்துவதற்காக, தனது கர்வத்தைத் துறந்தார்.

அதுமட்டுமா? இரண்ய வதம் முடிந்தும்கூட, நரசிம்மமாக திருமால் கடும் உக்கிரத்துடன் இருந்தார். செய்த வதம், இருக்கும் உக்கிரம் ஆகியவற்றால் மகா கர்வமும் சேர்ந்து ஆக்ரோஷத்துடன் இருந்த திருமாலை எவராலும் நெருங்க முடியவில்லை. அப்போது சிவனார், சரபேஸ்வரராக உருவெடுத்து, நரசிம்மரின் கர்வத்தை அழித்து, கோபத்தைத் தணித்து, ஆக்ரோஷத்தில் இருந்து விடுபடச்

செய்தார் என்றொரு தகவல் புராணத்தில் உண்டு. இதோ... இந்தத் தலத்தில், நரசிம்மருக்கு அருளும் சரபேஸ்வரரின் சிற்பக் காட்சியைத் தரிசிக்கலாம்.

இன்னொன்றும் இங்கே உண்டு. ‘என்னைப் போல் பலசாலியும் இல்லை; சிவ பக்தியில் திளைத்தாரும் இல்லை’ எனும் இறுமாப் புடன் இருந்தான் ராவணன். அவன், கயிலை மலையை அப்படியே தூக்கி அசைக்க முயற்சிக்க... தன் கால் கட்டை விரலை லேசாக அழுத்தினார் சிவபெருமான். மலையின் அடியில் நசுக்குண்டு, சிக்கித் திணறினான் ராவணன். அங்கு வந்த நாரத மாமுனிவர், ‘சிவப்பரம்பொருள் உன் அபாரமான இசைக்குக் கட்டுப்படுவார். இதிலிருந்து விடுபட உனக்கு அருள்வார்’ என்று அறிவுரை சொல்ல... தான் மிகப்பெரிய பலசாலி, மிகச் சிறந்த சிவபக்தன் என்கிற கர்வத்தையெல்லாம் விட்டுவிட்டு, தன் முதுகு எலும்பையே வீணையாக்கி, தன் நரம்புகளையே அதன் தந்திகளாக்கி, அவன் மோகன ராகம் இசைக்க... அந்த இசைக்கு வசமான சிவனார் அவனை விடுதலை செய்தார் என்கிறது புராணம்!

மலையைத் தூக்குகிற ராவணனையும், அவனுக்கு அருள் புரிகிற சிவ - பார்வதியையும் நாத மண்டபத்தின் விதானச் சிற்பங்களில் காணலாம்.

கடவுள் எனும் சக்தி மகா பிரமாண்டம். அந்தச் சக்திக்கு முன்னே நாம் எல்லோரும் வெறும் தூசு. ‘விதி இருப்பின் விதி கூட்டி அருளுக!’ என்று பிரம்மாவுக்கு அறிவுறுத்தி, வரம் வழங்கிய வள்ளல் குடியிருக்கிற பூமி இது!

திருப்பட்டூர் பிரம்மபுரீஸ்வரர் மற்றும் காசி விஸ்வநாதர் கோயில்களுக்குச் சென்று, வாசலில் செருப்பைக் கழற்றிப் போடுகிற போது, ஒட்டுமொத்த கர்வத்தையும் கழற்றிப் போட்டுவிட்டு, உள்ளே செல்லுங்கள்.

திருச்சந்நிதியில் நிற்கும்போது, ‘இந்த உடம்பும் உயிரும் நீ போட்ட பிச்சை. எனக்கும் என் குடும்பத்துக்கும் என்ன தர வேண்டுமோ, அதைத் தந்து எங்களை வாழவைப்பது உன் பொறுப்பு’ என்று மனமுருகிப் பிரார்த்தனை செய்யுங்கள்.

அப்படி ஆத்மார்த்தமாகப் பிரார்த்தனை செய்தவர்களும், அந்த வேண்டுதலால் பலன்கள் பெற்று மனநிறைவுடன் வாழ்கிறவர்களும் மிக மிக அதிகம்!

இப்போது, கர்வம் ஒன்றை இழந்துவிட்டீர்கள் அல்லவா... எனவே, பதிலுக்கு நீங்களும் ஒன்றை - அதுவும் நன்றை அடைந்தே தீருவீர்கள்!

பிரம்மோபதேசம்

'**தீ**தும் நன்றும் பிறர் தர வாரா' என்பார்கள். நம் வாழ்க்கையின் ஏற்ற இறக்கங்களுக்கும், நல்லது கெட்டதுகளுக்கும், லாப நஷ்டங்களுக்கும் நாமே காரணம்! நம் சிந்தனையிலும் செயலிலும் நல்லது இருப்பின், நாம் சந்திக்கிற எல்லா விஷயங்களும் நல்லனவாகவே இருக்கும். வாழ்க்கையில் ஒரேயோரு நல்ல விஷயம் நடந்துவிட்டால், பிறகு அடுத்தடுத்து நடக்கிற எல்லாக் காரியங்களும் நல்லனவாகவே அமையும்!

எண்ணம் போல் வாழ்க்கை என்பார்கள். நம் எண்ணம் போல் நம் வாழ்க்கை அமைவதற்கு, வாழ்வில் நல்லதொரு திருப்பம் நிகழ்வதற்கு, பேரருள் புரியும் திருத்தலம்தான் திருப்பட்டூர்!

திருச்சியில் இருந்து சென்னை செல்லும் வழியில், சமயபுரத்தை அடுத்து உள்ள சிறுகனூரில் இருந்து சுமார் 5 கி.மீ. தொலைவில் உள்ள திருப்பட்டூர் திருத்தலத்துக்கு இன்றைக்கு எங்கிருந்தெல்லாமோ வந்து செல்கிறார்கள், பக்தர்கள்.

'திருப்பட்டூருக்கு வந்தால் திருப்பம் ஏற்படும்' என்றும், திருப்பதிக்கு நிகரான புகழுடன் பிராபல்யமாகும் திருத்தலம் என்றும் ஓலைச்சுவடிகள் தெரிவிக்கிற அற்புதத் தலத்துக்கு- காசி விஸ்வநாதரின் கோயிலுக்கு வந்து, வியாக்ரபாதர் உருவாக்கிய திருக்குளத்தின் தண்ணீரைச் சிரசில் தெளித்துக்கொண்டு, அந்த ஆலயத்தின் விசாலாட்சி அம்பாளையும் காசி விஸ்வநாதரையும் தரிசித்துப் பூரிக்கின்றனர்.

அதையடுத்து, அங்கேயுள்ள வியாக்ரபாதரின் திருச்சமாதிக்கு அருகில் ஒரு பத்து நிமிடம் கண் மூடி அமர்ந்து, அந்த மகரிஷியின் நல்லதொரு அதிர்வை உணர்ந்து சிலிர்க்கின்றனர். பிறகு, பிரம்ம சம்பத்கௌரி சமேத பிரம்மபுரீஸ்வரர் கோயிலுக்குச் சென்று, அங்கே பிரம்மா வணங்கிய பல தலங்களின் மூர்த்தங்களையும் தனிச் சந்நிதியில் அருளும் பிரம்மாவையும் தரிசித்து மனமுருகப் பிரார்த்திக்கின்றனர். அங்கேயுள்ள பதஞ்சலி முனிவரின் திருச்சமாதிக்கு அருகிலும் கண் மூடி அமர்ந்து பிரார்த்தித்து, அங்கேயுள்ள அதிர்வை உணர்ந்து சிலிர்த்த வாசக அன்பர்கள் ஏராளம்!

அந்த அன்பர்களின் அனுபவங்களையும் பிரார்த்தனை ஈடேறிய தகவல்களையும் அடுத்தடுத்துப் பார்க்க இருக்கிறோம்.

அதற்கு முன்னதாக, சிவாச்சார்யர்களுக்கு அருளும் திருத்தலம் இது என்பதை முன்னரே பார்த்தோம் அல்லவா?! 'ஆகமச் செல்வர்களுக்கு அருளும் இறைவனே!' என்று இந்தத் தலத்து இறைவனைப் போற்றிப் புகழ்ந்துள்ளனர் என்றும், ஆகமங்களைக் கட்டிக் காக்கிற, ஆலயங்களில் உரிய பூஜைகளைச் செய்கிற ஆச்சார்யர்கள் எனப்படும் அர்ச்சகர்களுக்கு அருளக்கூடிய ஒப்பற்ற தலம் என்றும் பார்த்தது நினைவிருக்கிறதுதானே?!

இந்தத் தலத்துக்கு இன்னொரு சிறப்பும் உண்டு. பிரம்மோபதேசம் என்றும் யக்ஞோப வீதம் என்றும் சொல்லப்படும் உபநயனம்... அதாவது பூணூல் கல்யாணம் எனும் சடங்கை, இந்தத் தலத்தில் செய்வது விசேஷம் என்கிறார்கள், ஆச்சார்யப் பெருமக்கள்!

ஆகமச் செல்வர்கள் எனப்படும் அர்ச்சகர்களும் மற்ற அந்தணப் பெருமக்களும் அவர்கள் தம் குழந்தைகளுக்கு சிறுவயதில் உபநயனம் செய்து வைப்பார்கள். அந்த உபநயனத்தை, பிரம்மோபதேச வைபவத்தை பிரம்மதேவன் குடிகொண்டிருக்கும் இந்தத் திருவிடத்தில் நடத்தினால், அந்தக் குழந்தை பின்னாளில் கல்வியிலும் ஞானத்திலும் சிறந்து விளங்குவான் என்பது ஐதீகம்!

விகடன் பிரசுரம்

கிரகிக்கும் திறனும் முகத்தில் தேஜஸும் கொண்டு, கல்வியில் சிறந்து விளங்கி, ஞானத்துடன் நம் பையன் திகழ வேண்டும் என்பதுதானே ஒவ்வொரு பெற்றோரின் நினைப்பும் கவலையும்?! திருப்பட்டூருக்கு வந்து, வியாக்ரபாதர் உருவாக்கிய திருக்குளத்து நீரைத் தெளித்துக்கொண்டு, இரண்டு ஆலயங்களையும் வழிபட்டுப் பிரார்த்தித்தாலே... பித்ருக்களாகிய முன்னோரின் ஆசியுடன் குருவருளும் திருவருளும் கிடைக்கப் பெற்று, நம் சந்ததி சிறக்கும் என்பது ஆச்சார்யர்களின் வாக்கு! அதன்படி, மாணவர்கள் இங்கு வந்து வழிபட்டாலே சர்வ நலனும் பெற்று வாழ்வாங்கு வாழ்வார்கள். ஆச்சார்ய புருஷர்களும் அந்தணர்களும் அவர்களின் மகன்களுக்கு இங்கு வந்து உபநயனம் செய்து வைத்தால்... இன்னும் பொலிவோடும் வலுவோடும் திகழ்வார்கள் என்பது உறுதி!

அதேபோல், சுற்றுவட்டாரத்தில் இருந்தெல்லாம் விவசாயிகள், இங்கு வந்து அம்பாளின் திருவடியில் விதை நெல்லை வைத்து வணங்கிவிட்டு, பிறகு அதை ஊர்வலமாக எடுத்துச் சென்று, தங்களின் வயல்களில், விதைப்பார்களாம்! அப்படி வழிபட்டு விதைத்தால், அந்த முறை போட்டதெல்லாம் முளைக்கும். தானியங்கள் பெருகி லாபம் கொழிக்கும் என்கின்றனர் விவசாயிகள்.

சித்திரை மற்றும் ஆடி மாதங்களில் செட்டிகுளம், துறையூர், முசிறி, சிறுகனூர், பாடலூர் உள்ளிட்ட பல ஊர்களில் இருந்தும் விவசாயிகள் விதை நெல் அல்லது தானியப் பயறு வகைகளை அம்பாளின் திருவடியில் வைத்து பூஜித்து, ஊர்வலமாக எடுத்துச் செல்கின்றனர். கிட்டத்தட்ட, திருப்பட்டூர் கோயில்களின் விழாக்களில் ஒன்றாகவே இந்த வைபவம் நடைபெறுமாம்!

விளை நிலங்கள் செழித்து வளர்ந்தால்தான் உலகில் தானியங்கள் பெருகும். குழந்தைகள், அறிவுடனும் செறிவுடனும் வளர்ந்தால்தான் அகிலத்தில் ஒவ்வொரு குடும்பமும் உன்னதமான நிலைக்கு உயரும். இந்த இரண்டையும் தந்தருளக்கூடிய, காத்தருளக்கூடிய தலம்தான் திருப்பட்டூர்!

எத்தனையோ மகரிஷிகளின் பாதம் பட்ட பூமி இது. மன்னர்கள் பலரும் திருப்பணிகள் செய்து, நிவந்தங்கள் அளித்து ஆராதித்த ஸ்தலம் இது! 'தில்லை மூவாயிரம் திருப்பிடவூர் மூவாயிரத்து ஒன்று' என்கிற சொலவடைக்கு ஏற்ப, இங்கே ஒருகாலத்தில் வேத கோஷங்கள் எப்போதும் ஓங்கி ஒலித்து, அதிர்வலைகளைப் பரப்பிய இடம்... என்று பெருமைகள் பல கொண்ட திருப்பட்டூர்... இன்றைக்கு மெல்ல மெல்ல வளர்ந்துகொண்டு இருக்கிறது. தென் மாவட்டங்கள், சென்னை, வேலூர் ஆகிய ஊர்களிலிருந்து மட்டுமின்றி, வெளி மாநிலங்களில் இருந்தும் எண்ணற்ற பக்தர் களின் வருகை தினமும் அதிகரித்தபடியே உள்ளது.

பிரதோஷ பூஜையைத் தரிசிக்கவும், வியாக்ரபாதரின் திருக்குளத்தில் இருந்து கொஞ்சம் தீர்த்தத்தை பாட்டிலில் அடைத்து எடுத்துக்கொண்டு, வர இயலாத வயோதிகர்களுக்காகவும் நோயுற்று இருப்பவர்களுக்காகவும் கொண்டுபோய்க் கொடுக்கிற அன்பர்கள் அதிகரித்துக்கொண்டே இருக்கிறார்கள். திருப்பட்டூர், தன் ஒட்டுமொத்த சாந்நித்தியத்தையும் இன்னும் இன்னும் மக்களுக்கு உணர்த்தப்போகிறது பாருங்களேன்!

ஸ்படிக லிங்கம்

அற்புதமானதொரு க்ஷேத்திரத்தைப் பற்றி அறிந்துகொள்ளப் பல வழிகள் உண்டு. தெரிந்தவர் அறிந்தவர் எவரேனும் அந்தத் தலத்துக்குச் சென்று வந்து, அதன் அருமை பெருமைகளை நம்மிடம் எடுத்துரைக்கலாம். 'அந்தக் கோயிலுக்குப் போயிருந்தேன்ப்பா! அந்தத் தலத்துல கால் வெச்சதுமே, மனசுல இனம் புரியாத ஒரு நிம்மதி பரவுவதை உணர்ந்தேன். கண்டிப்பா, நீயும் ஒருமுறை குடும்பத்தோடு அங்கே போயிட்டு வா!' என்று உறவுக்காரர்களோ நண்பர்களோ தெரிவிக்கலாம். பரவசத்தோடு அவர்கள் சொல்லும் விதமே நம் மனத்தை ஈர்க்க, 'போய்த்தான் பார்ப்போமே!' என்று நாமும் அந்தக் கோயிலுக்குச் சென்று வந்து, மன நிறைவைப் பெறலாம்.

'இந்த ஊர்ல, இப்படியொரு கோயில் இருக்குன்னு புஸ்தகத்துல போட்டு இருந்துது. அதான், இங்கே வந்து தரிசனம் பண்ணிட்டுப் போகலாம்னு வந்தோம்' என்று சொல்பவர்களும் உள்ளனர்.

வியாக்ரபாதர் திருச்சமாதி

பத்மினி

ஆனால், மகான்களும் ரிஷிகளும் வணங்கித் தொழுத திருப்பட்டூர் திருத்தலம் பற்றி, சென்னையைச் சேர்ந்த அந்தப் பெண்மணிக்கு எடுத்துச் சொன்னது யார் தெரியுமா? ஸ்ரீராகவேந்திர சுவாமிகள்.

‘ஸ்ரீராகவேந்திரர் மிகப் பெரிய மகா புருஷர். அற்புதமான மகான். கருணையே உருவான தெய்வம். வியாழக்கிழமை தவறாம விரதமிருந்து, அந்த மகானுக்கு பூஜைகள் செய்யத் துவங்கினேன். ஆனால், அடுத்தடுத்தக் கட்டடத்துல, அந்த மகான் எனக்கு என் சொந்தத் தாத்தாவாகத்தான் தெரிஞ்சார்’ என்று வார்த்தைக்கு வார்த்தை தாத்தா, தாத்தா என்று ஸ்ரீராகவேந்திர சுவாமிகளை அன்போடு குறிப்பிட்டுச் சொல்லிச் சிலாகிக்கிறார் பத்மினி.

‘என் மகன் சத்யநாராயணன், டிஸ்லெக்ஸியா குறைபாடு உள்ளவன். எத்தனையோ டாக்டர்களைப் பார்த்தாச்சு; ஏகப்பட்ட வைத்தியம் பண்ணியாச்சு. எதுவும் பலன் இல்லை. ஆனால், தாத்தாவைக் கெட்டியாப் பிடிச்சுக்கிட்ட பிறகு, அவனுடைய செயல்பாடுகள்ல கொஞ்சம் கொஞ்சமா முன்னேற்றம் தெரிஞ்சுது. வியந்துபோனோம் மொத்தக் குடும்பத்தாரும்!

யாரைக் கும்பிடறோம்கிறது முக்கியம் இல்லை. எந்தத் தெய்வத்தையும் வணங்கலாம். தெய்வத்துக்கு நிகரான மகான்களையும் வழிபடலாம். ஆனால், யாரை வணங்கினாலும், சரணடைதல்ங்கறது ரொம்ப முக்கியம். நமது ஒட்டுமொத்த ஈகோவையும் தூக்கிப் போட்டுட்டு, ‘நீயே கதி’ன்னு பரிபூரணமா சரணடைகிற புத்தி வந்துட்டாலே, அப்புறம் அந்தச் சக்தியே நம்மை வழிநடத்திக் கூட்டிக்கிட்டுப் போயிடும். எந்தவொரு சின்ன பிரச்னை வந்தாலும், ஏதோ ஒரு விதத்துல நமக்கு அறிவுறுத்தி, நம்மைச் சரியானபடி வழிநடத்தும். அப்படித்தான்... மகான்

ஸ்ரீராகவேந்திரர் என்னை வழிநடத்திக்கிட்டிருக்கார்' என்று சிலிர்த்தபடி சொல்கிறார் பத்மினி.

'ஒருமுறை, திருச்சி உச்சிப்பிள்ளையார் கோயில் உச்சியில நின்னுண்டு, எங்கேயோ கைகாட்டறார் தாத்தா. 'அதோ... அங்கே பையனை அழைச்சுண்டு போ'னு சொல்றார். அது கனவாட்டமும் இருந்தது; நிஜத்துல கண் முன்னாடி நடக்கற மாதிரியும் இருந்தது. 'அங்கே போ, அங்கே போ'னு சொன்னா எனக்கென்ன தெரியும், தாத்தா?'னு அழறேன். 'அங்கே போ..! உன் தலையெழுத்து மாறும்!'னு சொல்லி, கை தூக்கி ஆசீர்வாதம் பண்றார். 'அங்கே ஸ்படிக லிங்கம் ஒண்ணு இருக்கு'ங்கறார். எனக்கு ஒண்ணுமே புரியலை. அவர் காட்டுற திசையில தெரிஞ்சது ஸ்ரீரங்கம் கோயில் கோபுரம் மட்டும்தான்! ஆனால், தாத்தா அதைக் காட்டலே; அந்தத் திசையைத்தான் காட்டறார்னு புரிஞ்சுண்டு, கோயில் கோயிலா தேடிட்டுப் போக ஆரம்பிச்சோம். ஆனால், அவர் சொன்னது மாதிரியான கோயிலைக் கண்டுபிடிக்க முடியலை. அப்பத்தான் உறவுக்காரங்க சில பேர், 'அட... தலை எழுத்தையே மாற்றும் தலம்னா அது திருப்பட்டூர் கோயில்தான்'னு சொன்னாங்க. திரும்பவும் திருச்சி வந்து, ஸ்ரீரங்கம் கடந்து,

சமயபுரமும் தாண்டி, சிறுகனூர்லேருந்து பிரிஞ்சு, திருப்பட்டூருக்கு வந்து சேர்ந்தோம். அங்கே பிரம்மபுரீஸ்வரர் கோயிலைத் தரிசிச்சோம். ஆனால், அங்கே ஸ்படிக லிங்கம் இல்லை.

அப்புறம்... பிரம்மபுரீஸ்வரர் கோயிலுக்குப் பின்னால இருக்கிற காசி விஸ்வநாதர் கோயிலுக்குப் போனோம். அங்கேயும் ஸ்படிக லிங்கம் இல்லைன்னுட்டாங்க. ரொம்ப வற்புறுத்தி, விஷயமெல்லாம் விளக்கிச் சொல்லிக் கேட்டதும்தான், மூலவருக்குப் பின்னாலே இத்துனூண்டு இருக்கிற ஸ்படிக லிங்கத்தைக் கொண்டு வந்து காட்டினாங்க. அழுகையும் ஆனந்தமுமா பூரிச்சுப் போன அந்த நாளை மறக்கவே முடியாது!' என நெக்குருகிப் பேசுகிறார் பத்மினி.

'அப்புறம், வியாக்ரபாதர் தீர்த்தக் குளத்துலேருந்து தண்ணியை எடுத்துத் தலையில தெளிச்சுண்டு, காசி விஸ்வநாதரையும் அங்கே இருந்த வியாக்ரபாதர் திருச்சமாதியையும் தரிசனம் பண்ணிட்டு, அப்படியே பிரம்மபுரீஸ்வரரையும் பிரம்மாவையும் தரிசனம் பண்ணிட்டுத் திரும்பினோம். என்ன ஆச்சரியம்... எங்க பையனோட முகமும் செயலும் தெளிவடைய ஆரம்பிச்சுது. சொல்ற விஷயத்தை நல்லாவே கிரகிச்சு, ரியாக்ட் பண்ண ஆரம்பிச்சான். டென்த்ல 74 சதவிகிதத்துக்கும் மேல மார்க்! இப்பவும் நல்லாப் படிக்கிறான். இது எங்க தாத்தா காட்டின வாழ்க்கை; திருப்பட்டூர் தந்த பேரருள்!' என்று மகனின் தலைகோதியபடி உணர்ச்சி பொங்கச் சொல்கிறார் பத்மினி. சென்னையில் உள்ள இந்த வாசகிக்கும் திருச்சி திருப்பட்டூருக்குமான அந்தத் தரிசனத் தொடர்பு அத்துடன் நின்றுவிடவில்லை.

'திரும்பவும் ஒருமுறை தாத்தா வந்து, 'அந்த ஊருக்குப் போ! பிரதோஷ பூஜை செய். தொடர்ந்து செய். எல்லாரையும் செய்யச் சொல்லு'ன்னு திரும்பத் திரும்பச் சொன்னார். இதோ... இன்னிவரைக்கும் திருப்பட்டூர் காசிவிஸ்வநாதர் கோயில்ல பிரதோஷ பூஜையைத் தொடர்ந்து செஞ்சுக்கிட்டு வரேன். அதுமட்டும் இல்லாம என் உறவினர்கள், நண்பர்கள்னு பலபேரும் திருப்பட்டூரின் மகிமையை அறிந்து, அங்கே தரிசனம் பண்ணிட்டு வர்றாங்க. அப்படித் தரிசனம் பண்ணின எல்லாருக்குமே, வாழ்க்கைல சத்காரியங்கள் நடந்துக்கிட்டிருக்கு. வாழ்க்கையில ஒருமுறை, ஒரேயொரு முறையாவது அந்தத் தலத்துக்குப் போகணும்; அங்கே நம்மோட காலடி படணும். அப்படியொரு விதி இருந்தால், நம் தலையெழுத்து மாறுவது நிச்சயம்!' என்று உறுதிபடச் சொன்னபோது, பத்மினியின் முகத்தில் அப்படியொரு பிரகாசம்!

சத்யநாராயணன்

ஸ்ரீராகவேந்திர சுவாமிகளின் திருவடியில் இருந்தும், திருவாக்கில் இருந்தும் உணர்த்தப்பட்ட திருப்பட்டூர் தலத்தின் பெருமைகளையும், அந்த மகானின் அருளையும் சதாசர்வ காலமும் யாரிடமேனும் சிலாகித்துச் சொல்லிக்கொண்டே இருக்கிறார் பத்மினி. அது அவரின் இந்த ஜென்மத்துக்கான இறைப்பணி!

திருப்பம் தரும் திருப்பட்டூர்!

'**தி**ருப்பட்டூர் கோயில் எங்கே இருக்கு, எப்படிப் போகணும்னு தினமும் மூணு பேராவது எங்கிட்டே கேக்கறாங்க. அவங்களுக்கு வழியைச் சொல்லும்போதெல்லாம், எனக்கு நல்வழி காட்டிய அந்தத் தலம் அப்படியே என் கண் முன்னாடி வந்து நிக்கும்!' என உற்சாகத்துடன் பேசுகிறார் வாசகி பரிமளா.

'கோயில்-குளத்துக்குப் போறதுக்கும் ஸ்வாமி தரிசனம் பண்றதுக்கும் யாருக்குத்தான் கசக்கும்? அரசாங்க பள்ளிக்கூடத்துல ஆசிரியை உத்தியோகம் பாத்துக்கிட்டிருந்தேன் அப்போ! அடிப்படைச் சம்பளத்துல ஒரு தொகையை உசத்தினதுல ஒரு குளறுபடி ஏற்பட்டு, எனக்குச் சம்பளமே ஏறாமப் போயிடுச்சு. மனசு வேதனையோடு வழக்குப் போட்டேன். கிட்டத்தட்ட ஒன்பது வருஷமா அந்த வழக்கு கிணத்துல போட்ட கல்லாட்டமா, அப்படியே இருந்துச்சு. எந்த முன்னேற்றமும் ஏற்படாம, எனக்குச் சேர வேண்டிய தொகை பத்தின முடிவும் தெரியாம... ரொம்பவே மன உளைச்சலுக்கு ஆளாகிக் கிடந்தேன்.

பிரம்மா

பரிமளா

அந்த சமயத்துலதான், திருப்பட்டூர் கோயிலுக்குப் போனால் திருப்பம் ஏற்படும்னு சொன்னாங்க. பெரிய திருப்பம் ஏற்படுதோ இல்லையோ... முதல்முறையா ஒரு கோயிலுக்குப் போயிட்டு வருவோமேன்னு முடிவு பண்ணி, திருச்சிக்குப் போனேன். அங்கிருந்து திருப்பட்டூர் போய், காசிவிஸ்வ நாதரையும் பிரம்மபுரீஸ்வரரையும் தரிசனம் பண்ணினேன். ‘அடேங்கப்பா... மத்த எல்லாக் கோயில்கள் மாதிரி இல்லை இந்தக் கோயில்னு’ தோணிச்சு. ஏன்னா... கோயில்கள்ல, முனிவர்களோட திருச்சமாதிகளைப் பெரும்பாலும் நான் பார்த்ததே இல்லை. சரி... இது ஏதோவொரு சக்தி நிறைஞ்சிருக்கிற திருத்தலம்தான்னு முடிவுக்கு வந்தேன்.

‘என்னோட உரிமை பறிக்கப்பட்டிருக்கு. எனக்கு வரவேண்டிய சம்பளம் மறுக்கப்பட்டிருக்கு. கடவுளே... நீதான் எனக்கு அருள் புரியணும்!’னு மனசார வேண்டிக்கிட்டேன். நல்லா ஞாபகம் இருக்கு... அன்னிக்கி ஆகஸ்ட் 15. அதுக்கு அடுத்தாப்ல கோர்ட்ல வழக்கு வாதத்துக்கு வந்தப்ப, நல்ல தீர்ப்பு வந்துச்சு. வேறென்ன... எனக்குச் சாதகமாத்தான்! அப்பலேருந்து, மனசுல சின்ன சஞ்சலம்னாலும் சட்டுனு கிளம்பி திருப்பட்டூர் போய் தரிசனம் பண்ணிட்டு வந்துடுவேன்’ என்று கண்ணீர் பொங்க நெகிழ்ச்சியுடன் சொல்லும் பரிமளா, சென்னையில் வசிக்கிறார்.

உண்மைதான். திருப்பட்டூர் சென்று வந்தவர்கள் அனைவரும் தங்களின் நண்பர்களிடமும் உறவினர்களிடமும் சொல்லிச் சொல்லி வியக்கிறார்கள், இந்தத் தலத்தைப் பற்றி! இந்தத் தலத்துக்குச் சென்று வந்த பிறகு அடுத்தடுத்த நாட்களில் நல்லதொரு திருப்பங்கள் ஏற்படுகின்றன என்று சொல்லிப் பூரிக்கின்ற வாசகர்கள் நிறையவே உண்டு. ஒரு முறை தரிசனம், ஒரு முறை செய்த பிரார்த்தனை நிறைவேறல் என்றாகிவிட்ட பிறகு, அவர்கள் மீண்டும் மீண்டும் இந்தத் தலத்துக்கு வருகின்றனர். தங்களின் மனதில் உள்ள குறைகளைச் சொல்லிப் பிரார்த்திக்கின்றனர்.

'இதுவரைக்கும் நான் 15 தடவைக்கு மேல திருப்பட்டூருக்கு வந்திருக்கேன். வந்து, நின்னு நிதானமா, எந்தப் பரபரப்பும் இல்லாம, ஆழ்ந்த ஈடுபாட்டோடு தென்னாடுடைய சிவபெருமானைத் தரிசனம் பண்ணி, என்னுடைய வேண்டுதலைச் சொல்லியிருக்கேன். இதுவரை நான் கேட்ட எந்தவொரு பிரார்த்தனையையும் நிறைவேத்திக் கொடுக்காமல் இருந்ததில்லை, இந்தப் புண்ணிய க்ஷேத்திரம்!

என் பொண்ணு பேரு சாருபாஷினி. ஜாதகத்துல எந்தக் குறையும் சிக்கலும் இல்லை. ஆனாலும், வரன் மட்டும் ஏனோ தகையாமல் இழுத்துக்கிட்டே இருந்துச்சு. ஒருநாள்... அவள் ஜாதகத்தை எடுத்துட்டு, திருப்பட்டூருக்குப் போனேன். அங்கே, பிரம்மபுரீஸ்வரர் கோயில்ல இருக்கற பிரம்மாகிட்ட பொண்ணோட ஜாதகத்தை வைச்சு, ரெண்டு நிமிஷம் கண்ணை மூடி அப்படியே நின்னேன். 'நல்லாப் படிச்சு, கை நிறைய சம்பளம் வாங்கற என் பொண்ணுக்கு நல்லவிதமான ஒரு வாழ்க்கையைக் கொடு. இப்படிச் சோதிக்கலாமா?'னு வேண்டிகிட்டு வந்தேன். அடுத்த ஒரே மாசத்துல வரன் அமைஞ்சது. அப்பறம்... கல்யாணமும் சிறப்பா முடிஞ்சுது. இப்ப அவள், பெங்களூருவுல சந்தோஷமும் நிறைவுமா வாழ்ந்துண்டிருக்கா!' என்று உணர்ச்சிவசப்பட்டுச் சொல்கிற பரிமளா, தற்போது பணி ஓய்வு பெற்றுவிட்டாராம்.

"எங்களுக்குக் காரைக்குடிதான் சொந்த ஊர். அரியக்குடி பெருமாள்தான் குலதெய்வம். ஆனால், எங்க இஷ்டதெய்வம் திருப்பட்டூர் ஸ்வாமிதான். மனசுல சின்ன குழப்பமோ பயமோ வந்தால்... திருப்பட்டூர் மண்ணை மிதிச்சாப் போதும்... சகலமும் சரியாயிடும். மனசு பளிச்சுனு பிரச்னையில் இருந்து வெளியே வந்துடும்.

இப்படித்தான், என் பையன் ஜகத்ரட்சகன் ஒரு பொண்ணை விரும்பினான். அந்தப் பொண்ணு நல்ல, சாத்விகமான குணம். ஒருநாள் எங்ககிட்ட வந்து, தான் அந்தப் பொண்ணை விரும்புற விஷயத்தைச் சொன்னான். எங்களுக்கும் பொண்ணை ரொம்பவே பிடிச்சிருந்துது. ஆனால், அவங்க வீட்ல சம்மதிக்கலை. 'பையனோட எல்லா விருப்பங்களையும் நிறைவேத்தியாச்சு. குணவதியான ஒரு பொண்ணை விரும்பறான். நமக்கும் அருமையான ஒரு மருமகள் கிடைக்கிற வாய்ப்பு இருக்கு. ஆனால், இது நடக்குமா?!'ன்னு எங்க மனசுக்குள்ள ஒரு குழப்பம்... ஒரு தவிப்பு!

நானும் என் கணவர் ஸ்ரீநிவாசனும் திருப்பட்டூர் போனோம். 'எனக்கு நல்லது நடந்துச்சு. என் பொண்ணுக்கும் நல்ல வரன்

விகடன் பிரசுரம்

பிரம்மபுரீஸ்வரர் ஆலயம்

அமைஞ்சு, சந்தோஷமா இருக்கா. எங்க ஒரே பையனோட எண்ணத்தையும் பூர்த்தி செஞ்சு கொடுத்தா, நிம்மதியா இருக்கும் எங்களுக்கு!'ன்னு வியாக்ரபாதர் சமாதிக்குப் பக்கத்துலேயும், பதஞ்சலி முனிவர் சமாதிக்குப் பக்கத்துலேயும் கண் மூடி பத்து நிமிஷம் உட்கார்ந்து, மனமுருகிப் பிரார்த்தனை பண்ணினோம்.

பிரம்மபுரீஸ்வரரையும் காசி விஸ்வநாதரையும் மனசார வேண்டிக்கிட்டோம். பிரம்மாவோட சந்நிதியில பையன் பேருக்கு அர்ச்சனை பண்ணி, எங்க பிரார்த்தனையையும் வைச்சோம், பிரம்மாகிட்ட! அதுக்கு அப்புறம் வந்த சேதிகள் எல்லாமே நல்லவிதமா முன்னேற்றமா இருந்துது. சம்பந்தி வீட்டாரும் தங்கமானவங்க. எல்லாரோட பரிபூரண சம்மதமும் கிடைச்சு, ஜாம்ஜாம்னு பையனுக்குக் கல்யாணம் நடந்துச்சு. இப்ப, அவன் யு.எஸ்.ல இருக்கான். நினைச்சபடி வேலை, நினைச்சபடி வாழ்க்கைன்னு அமையறதுதானே கொடுப்பினை! அந்த வகையில நான் பாக்கியசாலி; அதிர்ஷ்ட சாலி.

என் உடம்புல சக்தி இருக்கிற வரைக்கும், திருப்பட்டூருக்குப் போயிக்கிட்டே இருப்பேன். வாழ்க்கைல நல்ல நல்ல திருப்பங்களைத் தந்த திருத்தலத்துல, நம்ம காலடி படுறதே பூர்வ ஜென்மத்துப் புண்ணியம்! எந்தப் பிறவியோட பயனோ இது. தென்னாடுடைய திருப்பட்டூரானே போற்றி போற்றி!' என்று கண்கள் மூடி, கைகள் குவித்துச் சொல்கிறார் பரிமளா.

வாழ்வில், ஒருமுறை... ஒரேயொரு முறை... திருப்பட்டூரைத் தரிசித்து வாருங்கள். நீங்களும் அத்தகைய சிலிர்ப்பை, பரவசத்தை உணர்வீர்கள்!

பிரம்மோத்ஸவம்

'**க**ர்ணன் வீடு எங்கே இருக்குன்னு கேட்டதுக்கு, 'அதோ... அங்கே இருக்கு'ன்னு சுட்டுவிரல் நீட்டிச் சொன்னவருக்கே மோட்சம் கிடைச்சுதாமே?! அதுமாதிரிதான், ஏக்கமும் துக்கமுமா இருக்கறவங்களுக்கும் கேக்கறவங்களுக்கும் நான் வழிகாட்டுற இடம், திருப்பட்டூர். அப்படிச் சொல்றதில் எனக்குக் கிடைக்கிற ஆத்மதிருப்திக்கும் மனநிறைவுக்கும் ஈடு இணையே கிடையாது!' என்று சிலிர்ப்புடன் தெரிவிக்கிறார் பார்கவி.

அமெரிக்காவில் இருந்தவர், தற்போது சென்னை - பெரம்பூர் பகுதியில் வசித்து வருகிறார். பார்கவி மற்றும் அவரின் கணவர் ஐயப்பன் ஆகியோருக்குக் கண்கண்ட தெய்வம், இஷ்ட தெய்வம், குலதெய்வம் எல்லாமே இப்போது திருப்பட்டூர் பிரம்மாதான்!

'திருமணமாகி அஞ்சு வருஷமா குழந்தை இல்லைங்கற குறையைத் தவிர வேற எந்தக் குறையும் இல்லை. ஆனால், அத்தனைச் செல்வங்கள் இருந்தும், குழந்தை இல்லாத

நிலைங்கறது மிகப் பெரிய கொடுமை, இல்லியா? கணவருக்கு அமெரிக்காவில் வேலைன்னு அங்கே போயாச்சு. ஆனால், அள்ளிக் கொஞ்சுறதுக்கு ஒரு வாரிசு இல்லையேங்கற கவலைலயும் துக்கத்துலயும், எனக்கு அந்தப் படாடோப வாழ்க்கையும், அமெரிக்காவும் ரொம்பவே கசந்துச்சு.

அந்த நேரத்துலதான், சென்னைக்கு வந்து செட்டிலாக முடிவு பண்ணி, இங்கே வந்தோம். 'திருப்பட்டூர் போங்க.

அங்கே பிரம்மாவுக்கு மஞ்சளால அபிஷேகம் பண்ணிப் பிரார்த்தனை பண்ணுங்க. சீக்கிரமே குழந்தை பிறக்கும்'னு சொன்னாங்க. நான், என் கணவர், அம்மா, மாமியார்னு எல்லாரும் திருப்பட்டூர் போய், பிரம்மாவுக்கு மஞ்சள் அபிஷேகம் பண்ணி, அர்ச்சனை செஞ்சு வேண்டிக்கிட்டு வந்தோம். அடுத்த ரெண்டாவது மாசமே, 'நீ கன்ஸீவ் ஆகியிருக்கே'னு டாக்டர் கைகுலுக்கிச் சொன்னப்ப... மானசீகமா பிரம்மாவுக்கு நன்றி சொன்னேன். இப்ப என் குழந்தை ராகவனுக்கு ஒண்ணரை வயசு' என்று சொல்லிப் பூரிக்கிறார் பார்கவி.

அவரே தொடர்கிறார்... 'திருப்பட்டூர்ல பிரம்மபுரீஸ்வரர் கோயில்ல பிரம்மா தனிச் சந்நிதில அருள்பாலிக்கிறார். அதேபோல பிரம்மபுரீஸ்வரர் கோயிலுக்குப் பின்னாடி சுமார் 1 கி.மீ. போனால், காசிவிஸ்வநாதர் கோயில் இருக்கு. அங்கே, பிரதோஷ உத்ஸவர் ரொம்பவே விசேஷம். வரப்பிரசாதி.

என் கணவருக்கு உத்தியோகத்துல பதவி உயர்வு எதனாலோ தள்ளிப் போயிக்கிட்டே இருந்துச்சு. 'ஒரு பிரதோஷத்தன்னிக்கி, காசிவிஸ்வநாதர் கோயிலுக்குப் போங்க. அங்கே, பிரதோஷ உத்ஸவரை அலங்காரம் பண்ணி, பல்லக்குல பிராகார வலம் வரவைக்கிற வைபவம் நடக்கும். அப்ப, நம்ம தோள்ல பல்லக்கு தூக்கிட்டு வந்தா, வாழ்க்கைல நம்மளை உசரத்துக்குத் தூக்கிக் கொண்டு போய் வைச்சிருவார் காசிவிஸ்வநாதர்'னு சொன்னாங்க.

அப்புறம்... ஒரு பிரதோஷ நாள்ல (அன்னிக்கி ஜனவரி1), எல்லாரும் போனோம். அங்கே, உத்ஸவரைப் பல்லக்குல தூக்கிட்டுப் பிராகார வலம் வந்தார், என் கணவர். அன்னிக்கி, கருவறைல இருந்த சின்ன ஸ்படிக லிங்கத்தையும் தரிசனம் பண்ணினோம் (பிரதோஷ நாள்லதான் ஸ்படிக லிங்கத்தை தரிசிக்கக் காட்டுகின்றனர்). எல்லாம் முடிஞ்சு, சென்னைக்கு வந்த நாலாம் நாள்... அவருக்குப் பதவி உயர்வு கிடைச்சுது' என்று பார்கவி சொல்ல...

'இப்ப, எங்களுக்கு எந்த ஒரு சின்ன பிரச்னைன்னாலும் திருப்பட்டூர் தெய்வங்களை மனசார நினைச்சு, வேண்டிக்க ஆரம்பிச்சுட்டோம். எல்லாப் பிரச்னைகளும் பனி போல சட்டுனு விலகிடுது! எங்க வாழ்க்கைல ஏற்பட்ட நல்ல பல திருப்புமுனைகளுக்குக் காரணமா இருந்த திருப்பட்டூர் தலத்தின் மகத்துவத்தை விவரிக்க வார்த்தைகளே இல்லை' என்று நெகிழ்ச்சியும் உருக்கமுமாகச் சொல்கிறார் அவரின் கணவர் ஐயப்பன்.

இப்படித்தான்... இவர்களைப் போலத்தான்... எத்தனையோ பேரின் வாழ்விலும் குடும்பங்களிலும் பிரம்மதேவனின் பேரருள் வியாபித்துக்கொண்டு இருக்கிறது. பிரம்மபுரீஸ்வரரின் கருணையும் காசிவிஸ்வநாதரின் அருளும் நல்லதொரு திருப்புமுனையை நிகழ்த்தி வருகிறது.

‘திடீர்னு ஒரு யோசனை, ஒரு தவிப்பு, ஒரு பிரார்த்தனைன்னு வந்துட்டா, சட்டுன்னு திருப்பட்டூர் போறது என் வழக்கம். முன்னெல்லாம் வியாழக்கிழமை தவறாம கோயிலுக்குப் போயிட்டிருந்தேன். பிரதோஷம், சிவராத்திரின்னு முக்கியமான வைபவங்கள்ல கண்டிப்பா தரிசனம் பண்ணிடுவேன். எங்க தாத்தா, திருப்பட்டூர் கோயில் பத்தி, அதன் பெருமைகள் பத்தி எங்ககிட்ட சொல்லிருக்கார். இங்கே பங்குனி மாசத்துல பிரம்மோத்ஸவம் அவ்வளவு பிரமாண்டமா நடைபெறுமாம். பிரம்மா கொலுவிருக்கிற கோயில்ல பிரம்மோத்ஸவ விழா நடக்கறதும், அதைத் தரிசிக்கறதும் மகா புண்ணியம்னு சொல்வார். ஆனால் என்ன... சுமார் 30 வருஷத்துக்கு முன்னாடி பிரம்மோத்ஸவம் நடந்ததோட சரி!’ என்கிறார் திருச்சி அருகே உள்ள லால்குடி வாசகர் பரமசிவம்.

‘இப்போது கோயிலுக்குப் போயிருந்தப்ப, மிகப் பெரிய சந்தோஷம் காத்திருந்தது. 30 வருடங்களுக்குப் பிறகு திருப்பட்டூர் பிரம்மா கோயில்ல பிரம்மோத்ஸவ விழா நடக்கப்போறது தெரிஞ்சு, பரவசமாயிட்டேன். கிட்டத்தட்ட பத்து நாள் விழாவுக்குத் தயாராகிட்டிருக்கு, திருப்பட்டூர்’ என்கிறார் அவர்.

‘உண்மைதான். 30 வருஷங்களுக்குப் பிறகு இங்கே பிரம்மோத்ஸவ விழா நடக்கப்போறது. நாளொரு மேனியும் பொழுதொரு வண்ணமுமாக, ஒவ்வொரு நாளும் கோயிலுக்கு வர்ற கூட்டம் அதிகரிச்சுக்கிட்டே இருக்கு. இந்த முறை, பிரம்மா கோயில்ல நடக்கற பிரம்மோத்ஸவ விழாவுக்குப் பல்லாயிரக்கணக்கான பக்தர்கள் வருவாங்கன்னு தோணுது. அதனால விழா ஏற்பாடுகள், பக்தர்களுக்குத் தேவையான வசதிகள்னு மிகப் பெரிய திட்டம் போட்டு, வேலைகள் நடந்துக்கிட்டிருக்கு’ என்கின்றனர் கோயில் ஊழியர்கள்.

கோயில் நிர்வாகிகளும் ஊழியர்களும் மட்டுமின்றி, தினமும் கோயிலுக்கு வரும் பக்தர்களும் பிரம்மோத்ஸவ விழா அழைப்பிதழைப் பார்த்து, அறிவிப்பைக் கவனித்துக் குதூகலமாகி விட்டனர்.

‘பிரம்மா குடியிருக்கும் தலத்துல பிரம்மோத்ஸவம் நடக்கறது விசேஷம்! அதுலயும் குறிப்பா, நம் தலையெழுத்தையே திருத்தி

திருப்பட்டூர் அற்புதங்கள்!

குழந்தையுடன் பார்கவி - ஐயப்பன்

மாற்றி அருளும் இந்தத் தலத்து பிரம்மோத்ஸவத்துல கலந்துக்கிட்டா, நம் பாவங்கள் மொத்தமும் விலகி, புண்ணியம் பெருகும்னு சொல்றாங்க. அதனால, நானும் நண்பர்கள் சிலருமாகச் சேர்ந்து, திருச்சிலேருந்து பாத யாத்திரையாகத் திருப்பட்டூர் போய், பிரம்மோத்ஸவ விழாவில், ஸ்வாமி தரிசனம் செய்றதுன்னு முடிவு பண்ணியிருக்கோம்' என்கின்றனர் திருச்சி அன்பர்கள் சிலர்.

திருப்பதிக்கு நிகரானதாகப் புகழ்பெறப்போகும் தலம் திருப்பட்டூர் என்பார்கள். திருப்பதி வரை ரயிலில் அல்லது பேருந்தில் சென்றுவிட்டு, கீழ்த் திருப்பதியில் இருந்து நடந்து செல்லும் பக்தர்களைப்போல, திருச்சிக்கு வந்து அங்கிருந்து பாதயாத்திரையாக திருப்பட்டூர் செல்லத் தயாராகிவிட்டனர், பக்தர்கள்.

என்ன... பிரம்மோத்ஸவ வைபவத்தைத் தரிசிக்க உங்களுக்கும் ஆவல் எழுகிறதா?!

‘தலையெழுத்தே மாறிடும்!’

‘சின்ன வயசுலேருந்தே ஆன்மிகத்துலயும் அரசியல்லயும் ரொம்பவே ஈடுபாடு உண்டு எனக்கு. கோயிலுக்குப் போறதும், வீட்ல பூஜை பண்றதும், பண்டிகை-திருவிழான்னா உறவுகளைக் கூட்டி உற்சாகமா கொண்டாடறதுமா இருக்கிறவ நான். தொடர்ந்து எங்க கிராமத்துல நான் நல்ல பேர் எடுத்திருந்தாலும், அரசியல்ல மட்டும் ஜெயிக்க முடியாமல் ஒரு வெற்றிடம் இருந்துக்கிட்டே இருந்துச்சு. அந்த வெற்றிடத்தை நிரப்பி, எனக்கும் என் குடும்பத்துக்கும் வெற்றியைத் தந்தது திருப்பட்டூர் பிரம்மாதான்!’ என்று பெருமிதத்துடன் சொல்கிறார் செல்வமணி கந்தசாமி.

கடலூர் மாவட்டம், திட்டக்குடி தாலுகாவில் உள்ளது இறையூர் எனும் கிராமம். இந்தக் கிராமத்தின் பஞ்சாயத்துத் தலைவராக இருக்கிறார் செல்வமணி.

‘படைப்புத் தொழிலையே இழந்துட்டுத் தவிச்ச பிரம்மாவுக்கு திரும்பவும் வரம் தந்து,

செல்வமணி

இழந்த பதவியைத் தந்தார் திருப்பட்டூர் பிரம்மபுரீஸ்வரர். அந்த பிரம்மாதான், எனக்கு இந்தப் பதவியையும் அதிகாரத் தையும் தந்திருக்கார். எனது இந்தப் பிறவியின் கொடுப்பினை இது!' என்று செல்வமணி, தொடர்ந்தார்...

'பஞ்சாயத்துத் தேர்தல் நடக்கறப்ப எல்லாம் வேட்பாளரா நிக்கறதும், ஆறு, பத்து ஓட்டுகள்னு சொற்ப வித்தி யாசத்துல தோற்கறதுமாவே இருந்துச்சு. எந்தக் கோயிலுக்குப் போனாலும், தேர்தல்ல ஜெயிக்கணும்னுதான் வேண்டிக்குவோம். வக்கீலா இருக்கிற எங்க மகனும் அப்படியே வேண்டிக்கிட்டான். ஒரு கட்டத்துல, இப்படிப் பிரார்த்தனைப் பண்றதுக்காகவே கோயில் கோயிலா போக ஆரம்பிச்சோம். அப்பத்தான்... 'திருச்சி - சிறுகனூருக்குப் பக்கத்துல இருக்கற திருப்பட்டூர் கோயிலுக்குப் போயிட்டு வாங்க. உங்க தலையெழுத்தே மாறிடும்'னு யாரோ சொன்னாங்க.

சரி... இந்தத் திருப்பட்டூருக்கும்தான் ஒரு நடை போய் சாமி கும்பிட்டு வந்துடுவோம்னு நினைச்சுக்கிட்டே போனோம். அங்கே... முத்து முத்தா ரெண்டு கோயிலுங்க. ரெண்டுமே ரெண்டு கண்கள் மாதிரி அத்தனைச் சிறப்பு! முதல் முறை, தரிசனம் பண்ணிட்டுத் திரும்பியதும், மனசுல அப்படியொரு நிம்மதி.

அப்புறம், அடுத்தடுத்துப் போகணும், தரிசனம் செய்யணும்னு உள்ளே ஏதோ ஒண்ணு, என்னை உசுப்பிவிட்டுகிட்டே இருந்தது. அப்படித்தான் ஒருநாள், கோயிலுக்குக் கிளம்பலாம்னு வீட்டு வாசல் வரை வந்துட்டோம்... சட்டுனு ஒரு யோசனை, ஜாதகம் எடுத்துட்டுப் போய் பிரம்மா காலடியில வைக்கலாமேன்னு! அதன்படியே எங்க ஜாதகத்தை எடுத்துட்டுப் போய், பிரம்மாவோட பாதத்துல வைச்சு, வேண்டிக்கிட்டோம். அந்த நிமிஷம்... என் தலையெழுத்தையே மாற்றி எழுதினார் பிரம்மான்னுதான் சொல்லணும்' என நெக்குருகப் பேசுகிறார் செல்வமணி.

உண்மைதான். திருப்பட்டூர் தலத்துக்கு வந்து, அங்கே பிரம்மாவின் திருச்சந்நிதியில் ஜாதகத்தை வைத்து மன தாரப் பிரார்த்திக்கும் அன்பர்கள், பிரார்த்தனை நிறை வேறியதும், விசாலாட்சி - காசி விஸ்வநாதர், வியாக்ர பாதர் திருச்சமாதி, பிரம்ம சம்பத்கௌரி- பிரம்மபுரீஸ்வரர், பிரம்மா மற்றும் பதஞ்சலி முனிவரின் திருச்சமாதிக்கு வஸ்திரம் சார்த்தி நேர்த்திக்கடன் செலுத்துகின்றனர்.

பதஞ்சலி முனிவர் திருச்சமாதி

கண்ணீரும் கம்பலையுமாக, மனதுள் துக்கத்துடனும் ஏக்கத்துடனும் பிரார்த்தனை செய்கிற பக்தர்களின் அனைத்துக் குறைகளையும் தீர்த்து வைத்தருளும் திருத்தலம் இது! இங்கே... கண்ணீருடன் வந்து சென்றவர்கள், அடுத்த முறை சந்தோஷத்துடன் வருகின்றனர். துக்கம் பொங்க வந்து வேண்டிக் கொண்டவர்கள், கவலையின்றி வாழ்கின்றனர். நிறைவேறாத ஏக்கங்களுடன் கோரிக்கை விடுத்தவர்கள், நிறைவேறிய பெருமையுடனும் குதூகலத்துடனும் வந்து செல்கின்றனர்.

'போன வருஷம் பஞ்சாயத்துத் தேர்தல் வந்தப்ப, மனசுக்குள்ளே ஒரு நாளைக்கு நூறு முறையாவது திருப்பட்டூர் பிரம்மாவை நினைச்சு வேண்டிக்கிட்டே இருந்திருப்பேன். கிட்டத்தட்ட இதுவரை மூணு முறை தேர்தல்ல நின்னு, மூணு முறையும் தோத்துப் போனவ நான். இந்த முறை தேர்தல் ரிசல்ட்ல வெற்றின்னு அறிவிச்சதும், நான் முதல்ல ஓடினது திருப்பட்டூருக்குத்தான். அந்த வெற்றி, நன்றி எல்லாமே பிரம்மாவுக்குத்தான்!' என்று வார்த்தைக்கு வார்த்தை திருப்பட்டூரைப் புகழ்ந்து போற்றுகிறார் செல்வமணி.

'இங்கே... பிரதோஷத்தன்னிக்கு தரிசனம் பண்றது மிகப் பெரிய புண்ணியமாம். அந்த பாக்கியத்தை, திருப்பட்டூர் பிரம்மாதான் நிறைவேத்திக் கொடுக்கணும்' என்று கையெடுத்துக் கும்பிட்டு வேண்டிக் கொள்கிறார் செல்வமணி.

இழந்த படைத்தல் பதவியை பிரம்மாவுக்கு வழங்கி அருளிய தலம். இன்று வரை... சிவ பக்தர்களின் கோரிக்கைகளை நிறைவேற்றித் தந்தருள்கிறார் பிரம்மதேவர். நம் தலையெழுத்தை மாற்றி எழுத, பிரம்மா காத்துக்கொண்டு இருக்கிறார். வாருங்கள், வாழ்வில் ஒருமுறையேனும் திருப்பட்டூருக்குச் சென்று வருவோம்!

108 தாமரைப் பூக்கள்

'**வா**ழ்க்கைல நல்ல விஷயங்கள் எப்ப, எங்கே, யாரால கிடைக்கும்னு சொல்லவே முடியாது. அந்தத் தேடலோடயும் தவிப் போடயும்தான் நம்ம வாழ்க்கையின் ஒவ்வொரு நாளும் நகர்ந்துக்கிட்டிருக்கு. என் வாழ்க்கையில, இப்போது அப்படியொரு சத்காரியம் நடந்திருக்குன்னா... அது திருப்பட்டூர்லதான். ஐ லவ் திருப்பட்டூர். அந்த ஊரும் கோயிலும் எனக்கு ரொம்பப் பிடிச்சிருக்கு' என்று நெகிழ்ந்து சொல்லும் உஷா முரளி, அமெரிக்காவில் வசிக்கிறார்.

'எனக்குச் சொந்த ஊர் கோயம்புத்தூர். பிறந்தது இங்கேன்னாலும் வளர்ந்ததும் படிச்சதும் சென்னைல. அப்புறமா, எனக்கும் கணவர் முரளிக்கும் அமெரிக்கால வேலை கிடைச்சு, அங்கே இருக்கோம் நாங்க! ஆனாலும் என் மனசெல்லாம், நம்மூர்ல இருக்கற அம்பாள் ஸ்தலங்கள்லயே லயிச்சு நின்னுண்டிருக்கு. அந்த அளவுக்கு அம்பாள் பக்தை நான்! இதோ... திருப்பட்டூருக்கு வந்ததுக்கு பிரம்மாவை

உஷா - முரளி

தரிசனம் பண்றதுங்கறதுதான காரணம்னாலும் அங்கே... பிரம்ம சம்பத்கெளரிதான் என்னை பரிபூரணமா, ஆட்கொண்டா; அருள்பாலிச்சா!” என்று கண்களில் நீர் திரையிடச் சொல்கிறார் உஷா.

‘அமெரிக்காலேருந்து இங்கே இருக்கற சகோதரிகிட்டயும் நண்பர்கள்கிட்டயும் அடிக்கடி பேசிக்கறதுதான்! அப்படிப் பேசுறபோது, பேச்சு தடால்னு கோயில்கள் பத்திப் போயிரும். அப்படியொரு பேச்சுலதான், இந்தத் திருப்பட்டூர் கோயில் பத்திச் சொன்னாங்க! ஆனால், என் காதுல திருப்பட்டூர்னு விழலை.

திருப்பத்தூர்னு விழுந்துச்சு. அடுத்த முறை இந்தியாவுக்கு, தமிழகத்துக்கு வந்தப்ப... வேலூர் பக்கம் இருக்கற திருப்பத்தூருக்குப் போய் கோயில் கோயிலா, தெருத் தெருவா அலையறோம். அக்கம் பக்கத்து கிராமத்துல அந்தக் கோயில் இருக்குமோனு அங்கேயும் போய்ப் பார்த்தோம். 'சிவகங்கை மாவட்டத்துல காரைக்குடிக்குப் பக்கத்துல ஒரு திருப்பத்தூர் இருக்கு. அங்கே போய்ப்பாருங்க'ன்னு சொன்னாங்க.

அப்புறமா, காரைக்குடி போனோம். திருப்பத்தூர்ல ஒரு தெரு விடாம தேடினோம். அப்புறம், ஊருக்குக் கிளம்பற முதல் நாள்... அது திருப்பட்டூர்னும், திருச்சிக்குப் பக்கத்துல இருக்கு அந்த ஊர்னும் அக்கா தகவல்கள் சொன்னாள். ஆனால், அன்னிக்கி மிட்நைட்ல ஃபிளைட்! அதனால ஏக்கமும் துக்கமுமா ஊர் திரும்பினேன்' என்று வருத்தம் தோய்ந்த குரலில் தெரிவிக்கிறார் உஷா.

"என் பையனுக்கு மெடிக்கல் படிக்கணும்னு ஆசை. ஆனால் கிடைக்காமப் போயிருச்சு. அப்பத்தான் முதன்முதலா, பிரம்மாவை மானசீகமா வேண்டிக்கிட்டேன். 'உன் சந்நிதி எங்கே இருக்குன்னு கூட எனக்குத் தெரியலை. என் பையனோட ஆசையை நிறைவேத்தி வைப்பா'னு பிரார்த்தனை பண்ணினேன். அடுத்தாப்ல அவனுக்கு மெடிக்கல் சீட் கிடைச்சது. இன்னிக்கி, லிவர் ஸ்பெஷலிஸ்ட்டுக்கான படிப்பும் கிடைச்சு, அது முடியப்போகுது. உலக அளவுல லிவர் ஸ்பெஷலிஸ்ட் டாக்டர்கள்ங்கறது ரொம்ப ரொம்பக் குறைவு தெரியுமோ?!' என்று வியப்புடன் தெரிவித்தவர் தொடர்ந்தார்

'அடுத்த முறை அவசர வேலையா சென்னை வந்தவள், அக்காவையும் கூட்டிக்கிட்டு இரவு ஏழே முக்கால் மணிக்கு கோயில் நடை சார்த்துற நேரத்துல, உள்ளே போனோம். பிரம்ம சம்பத் கௌரியோட சந்நிதி. அடடா... அம்பாளோட அழகுல லயிச்சு அப்படியே உக்கார்ந்திருந்தேன். அப்ப ஒரு அம்மா... 'நீ வந்திருக்கே... உன் புருஷன் எங்கே?'னு கேட்டாங்க. வரலைன்னு சொன்னேன். 'போ... முதல்ல பிரம்மாகிட்ட மன்னிப்புக் கேளு... 'என்புருஷனை அடுத்தமுறை கூட்டிட்டு வரேன்'னு சொல்லிருன்னாங்க.

வாழ்க்கையில அம்பாள்... இப்படி எனக்கு தடக்தடக்குன்னு எதுனா சொல்லிக்கிட்டிருப்பாள். அதன்படியே, திரும்பவும் பிரம்மா சந்நிதிக்குப் போய் நின்னு, மன்னிப்பும் கணவருக்கான பிரார்த்தனையுமா இருந்தேன். 'எங்களையெல்லாம் படைச்சவனே... உன்னைத் தேடி வந்திருக்கற இந்தப் பொண்ணும் அவள்

விகடன் பிரசுரம்

தேரோட்டம்

புருஷனும் அவங்களோட பசங்களும் நல்லாருக்கணும். நீதான் அருள்புரியணும்'னு பின்னாடி இருந்துக்கிட்டு சொன்னாங்க அந்த அம்மா!

அந்த அம்மாகிட்ட சாமியெல்லாம் கும்பிட்டுட்டு வந்துடுறேன். கார்ல புடவை இருக்கு, வாங்கிக்கங்கம்மான்னு சொன்னேன். சரின்னாங்க. அவங்க பேரைக் கேட்டேன். மகமாயின்னாங்க. பெருசா, வட்டமா குங்குமமும் முகம் முழுக்க மஞ்சளுமா, சிவப்புக் கலர் புடவைல அப்படித்தான் இருந்தாங்க. அப்புறம் வாசலுக்கு வந்து பார்த்தா, அவங்களைக் காணவே காணோம். வெளிய நிக்கும்போது, யாரோ ஒரு சின்னப்பொண்ணு ஓடி வந்து, ஒரு தாமரைப் பூவைக் கொடுத்துட்டுப் போனாள். உடலே நடுங்கிப் போட்ருச்சு எனக்கு!

அப்புறமென்ன... திரும்பவும் என் கணவரோட திருப்பட்டூருக்கு வந்தேன். பிரம்மாவுக்கும் பிரம்ம சம்பத்கௌரிக்கும் 108 தாமரைப் பூக்களால் அர்ச்சனை பண்ணினேன். பிரம்மாவுக்கு மஞ்சள்காப்பு

திருப்பட்டூர் அற்புதங்கள்!

அலங்காரம் செஞ்சு வேண்டிக்கிட்டேன். அம்பாள், சிவலிங்கம், பிரம்மான்னு எல்லாருக்கும் புது வஸ்திரம் சார்த்தினேன்.

வாழ்க்கைல பெருசா எந்த எதிர்பார்ப்புகளும் ஆசைகளும் இல்லாமல் இருக்கறவள் நான். கோயில்-குளத்துக்குப் போறதும் அம்பாளை ஆராதனை பண்றதும் என் வாழ்க்கையாவே ஆகிட்ட ஒரு விஷயம். இங்கே... இந்தத் திருப்பட்டூர், வாழ்க்கையின் அடுத்த கட்டத்துக்கு என்னை நகர்த்தியிருக்கறதாக உணர்றேன். கணவருக்கு ஆபீஸ்ல கிடைச்ச சின்னதான பாராட்டு, 'அநேகமா, உனக்கு பதவி உயர்வு நிச்சயம்'னு கைகுலுக்கி இப்பவே டிரீட் கேக்கற என் அலுவலகத் தோழிகள், பையனும் பொண்ணும் காணக் கிடைக்காத அளவுக்கு அவங்கவங்க துறையில, முன்னுக்கு வந்துக்கிட்டிருக்கிற ஸ்டேஜ்... இது எல்லாமே, திருப்பட்டூர் பிரம்ம சம்பத்கௌரியாலயும் பிரம்மாவாலயும் கிடைச்சதா சொல்லிப் பூரிக்குது மனசு!

முன்னெல்லாம், சந்தர்ப்பம் கிடைச்சுதுன்னா இந்தியாவுக்கு வரணும்னு தோணும். இப்ப, திருப்பட்டூர் தரிசனத்துக்காகவே ஒரு சந்தர்ப்பத்தை உருவாக் கிக்கணுமேனு பரபரத்துக் கிடக்கறேன்

நான்!' என்று கூடை நிறைய தாமரைப் பூக்களை அப்படியே நெஞ்சில் அணைத்தபடி, கண்ணீர் மல்கப் பரவசத்துடன் சொல்கிறார் உஷா முரளி.

பிரம்ம சம்பத்கௌரி

திருப்பதிக்கு நிகரானதாக புகழ் பெற்றுக்கொண்டு இருக்கிற அருமையான திருவிடத்துக்கு, இன்றைக்கு எங்கிருந்தெல்லாமோ வருகிறார்கள் அன்பர்கள்! உலகின் எங்கோ ஒரு மூலையில் இருப்பவர்களை, தன்னிடம் வரவழைத்து ஆசியும் அருளும் வழங்குகிற அற்புதத் தெய்வம் பிரம்மா. அவர்... ராகவேந்திர சுவாமிகள் மூலமாகவும் உணர்த்துவார்; சமயபுரம் மாரி யம்மனாகவும் வந்து காட்டி அருள்வார்!

நமக்குத்தான் தெய்வங்களிலும் மனிதர்களிலும் பேதங்கள் உண்டு. தெய்வங்களுக்குள், தெய்வ சக்திக்குள் எந்த பேதங்களும் இல்லை. இறைவனுக்கு பல திருவுருவங்கள் உண்டு. இறைச் சக்திக்கு உருவமே இல்லை. ஆகவே, இறைச் சக்தி என்பது ஒன்றுதான்!

பிரம்மாவின் பேரருள்

'எல்லாம் என் தலையெழுத்துன்னு முடங்கிக் கிடந்தவள்தான் நான். பட்டதெல்லாம் போதும்; இதுதான் இந்த ஜென்மத்து வேதனைன்னு இருந்தப்ப... 'அதெல்லாம் இல்லை. உன் வாழ்க்கைல சந்தோஷம் இருக்கு. உனக்கு நிம்மதி கிடைக்கப் போகுது'ன்னு எனக்கு உணர்த்தின இடம்... திருப்பட்டூர்!' என்கிறார் தஞ்சாவூர் வாசகி ராஜலட்சுமி.

மனம் முழுவதும் துக்கத்துடன் வந்தவர்கள், திருப்பட்டூரில் இருந்து திரும்புகிறபோது மனம் கொள்ளாத சந்தோஷத்துடன் செல்கிறார்கள். வாழ்வதற்கு சாவதே மேல் என்று சுருங்கிக் கிடந்தவர்கள், ஒருமுறை இங்கு வந்துவிட்டுத் திரும்பினால், வாழ்ந்து காட்ட வேண்டும் என்கிற வைராக்கியத்துடனும் வாழ முடியும் என்கிற நம்பிக்கையுடனும் குதூகலமாகச் செல்வார்கள்.

'கல்யாணங்கறது ஆயிரம் காலத்துப் பயிர்னு சொல்வாங்க. ஆனால், ஒரு கனவு மாதிரி வந்துட்டு, தடால்னு கலைஞ்சு போயிருச்சு எனக்கு! அந்த வலியிலேருந்தும்

விகடன் பிரசுரம்

வேதனையிலேருந்தும் என்னால மீள முடியலை. என்னைப் பார்க்கும்போதெல்லாம், என்னைப் பெத்தவங்க இன்னும் தவிச்சுப் போனாங்க.

'நீ இன்னொரு கல்யாணம் பண்ணிக்கணும் ராஜி' என்று வீட்ல சொன்னப்ப ஏத்துக்காமலேயே இருந்தேன். ஒருகட்டத்துல அதுதான் நம்ம வீட்டாருக்குச் சந்தோஷம்னு நினைச்சு, ஏத்துக்கத் தயாரானேன். ஆனால், என்னை மனைவியா ஒருத்தர் ஏத்துக்கணுமே..?

இந்த நேரத்துலதான், சென்னைல எங்களுக்குத் தெரிஞ்ச மீனாட்சி மாமி போன்பண்ணி, 'திருச்சிக்குப் பக்கத்துல இருக்கற திருப்பட்டூருக்கு ஸ்வாமி தரிசனம் பண்ண வரலாம்னு இருக்கோம். நீங்களும் அப்படியே திருச்சி வந்துருங்களேன். சக்தி வாய்ந்த அந்தத் தலத்துக்கு நீங்களும் வந்ததுபோல ஆச்சு. உங்களையெல்லாம் ரொம்ப வருஷம் கழிச்சு, நாங்க பார்த்தது போலவும் ஆச்சு'ன்னு சொன்னாங்க.

அதனால நான், அம்மா எல்லாருமாகச் சேர்ந்து திருச்சிக்குப் போனோம். பிறகு அங்கிருந்து அவங்களோட திருப்பட்டூருக்குப் போனோம். அடேங்கப்பா... என்ன அழகான கோயில் அது! உள்ளே நுழைஞ்சு, தனிச்சந்நிதியில இருக்கிற பிரம்மாவைப் பார்த்ததும் பிரமிப்பா இருந்துச்சு. நம்மளோட தலையெழுத்தையே மாத்தி அருள்வார் பிரம்மான்னு அங்கேயிருந்த அர்ச்சகர் விவரிக்க விவரிக்க... 'என் தலையெழுத்தையும் மாத்தி, எனக்கு நல்ல வழி காண்பியேன்!'னு அழுதுட்டேன் நான்.

அடுத்து, காசி விஸ்வநாதர் கோயிலுக்கும் போயிட்டு வந்தோம். அங்கேயும் ஏதோவொரு மனநிறைவு சட்டுன்னு வந்துச்சு. கோயில் முடிச்சுட்டு, திருச்சிக்கு வந்தப்ப அம்மாவுக்கு போன்... 'உங்க பொண்ணு பத்தி எல்லாம் கேள்விப்பட்டோம். இன்னிக்கி சாயந்திரமா பொண்ணுப் பார்க்க வரோம்'னு சொன்னாங்க. இதைக் கேட்டதும் என் வீடு அடைஞ்ச சந்தோஷத்துக்கு அளவே இல்லை!

சாயந்திரம்... மாப்பிள்ளை வீட்லேருந்து வந்தாங்க. எல்லா விவரமும் சொன்னாங்க. நாங்களும் முழு விவரத்தையும் சொன்னோம். அடுத்த மாசமே கல்யாணத்தை வைச்சுக்கலாம்னு சொன்னாங்க. அதன்படி சிம்பிளா நடந்தாலும் சீரும் சிறப்புமா எல்லார் ஆசீர்வாதத்தோடயும் நடந்துச்சு கல்யாணம்! இது அத்தனைக்கும் திருப்பட்டூர் பிரம்மாவின் பேரருளே காரணம்!

இது ஒரு விஷயம்... நாங்க திருப்பட்டூர் கோயிலுக்குப் போனது ஒரு ஆடிப்பூர நன்னாளில்! எனக்கு வாழ்க்கை கொடுத்த, என்

கணவர் வெங்கட்ரமணன் பூரம் நட்சத்திரம். நினைக்க நினைக்க சிலிர்ப்பாயிருச்சு' என்று நெக்குருகிப் பேசுகிற ராஜலட்சுமி, தற்போது நினைத்தபோதெல்லாம் திருப்பட்டூருக்குச் சென்று தரிசனம் செய்து வருகிறார்.

'இந்த ஜென்மத்துல, ராஜலட்சுமிதான் என் மனைவின்னு நான் தீர்மானம் பண்ணினது எப்ப தெரியுங்களா? நானும் கல்யாணமாகி விவாகரத்து வாங்கி, தனியனா இருந்த சமயம் அது! அப்பத்தான் என் வீட்டாருக்கு, ராஜியைப் பத்தித் தெரியவந்துச்சு. அடுத்த கல்யாணம்லாம் வேண்டவே வேண்டாம்னு மறுத்த நான், ஒருவழியா ஒத்துக்கிட்டப்ப... எங்க அம்மா அவங்க வீட்டுக்குப் போன் பண்ணி, சாயந்திரம் பொண்ணு பார்க்க வர்ற விஷயத்தைச் சொன்னாங்க. சொல்லி முடிச்சிட்டு, 'அவங்க எல்லாம் திருப்பட்டூர் போயிருக்காங்களாம். சாயந்திரம் வந்துருவாங்களாம்'னு அம்மா சொன்னதும்... ஒருகணம் ஆடிப்போயிட்டேன்.

ஏன்னா... திருப்பட்டூர் கோயிலுக்குப் போய், 'என் தலையெழுத்தை மாத்த மாட்டியா? என் வாழ்க்கைல எனக்கு நல்லதே நடக்காதா?'னு பலமுறை கதறி அழுது வேண்டிக்கிட்டிருக்கேன் நான்! இப்ப அந்தப் பெண்ணும் அந்தத் தலத்துக்குத்தான் போயிருக்காங்கன்னு தெரிஞ்சதும் 'இது தெய்வ சங்கல்பம். இவங்கதான் ஆயுள்பரியந்துக்குமான உறவு'ன்னு உள்ளே தோணிருச்சு. அம்மாகிட்ட என் சம்மதத்தைத் தெரிவிச்ச அடுத்த மாசமே எங்க கல்யாணமும் நடந்துச்சு.

வாழ்க்கைல அவமானத்தையும் வலியையும் மட்டுமே பார்த்த நாங்க ரெண்டு பேரும் இன்னிக்கி சந்தோஷமும் நிம்மதியுமா, கணவன் மனைவியா வாழ்ந்துக்கிட்டிருக்கோம். அன்னிலேருந்து திருப்பட்டூர் பிரம்மா எங்களோட இஷ்ட தெய்வமாயிட்டார்' என்று சிலிர்ப்பு மாறாமல் தெரிவிக்கிறார் வெங்கட்ரமணன்.

'பிரதோஷம், சிவராத்திரி, ஆடிப்பூரம், திருக்கார்த்திகைன்னு எதுனா நல்ல நாள் வந்துச்சுன்னா, திருப்பட்டூர் போய் ஸ்வாமி தரிசனம் பண்றது வழக்கமாயிருச்சு. திடீர்னு கிளம்பி, பிரம்மாவுக்குத் திருமஞ்சனம் பண்ணுவோம். இன்னொரு நாள்... பிரம்ம சம்பத்கௌரிக்கு புடவை சார்த்திட்டு வருவோம். ஒரு வியாழக்கிழமை அங்கே போய், 'வியாக்ரபாதர் மற்றும் பதஞ்சலி முனிவர் சமாதிகளுக்கு வஸ்திரம் சார்த்துவோம். எங்களோட இன்றைய ஒவ்வொரு நாள் சந்தோஷத்துக்கும் காரணமான திருப்பட்டூர் தலத்தை எங்களால மறக்கவே முடியாது' - கண்ணீருடன் சொல்கிறார் ராஜலட்சுமி.

'திருப்பட்டூர் போய் ராஜலட்சுமிக்குத் திருப்பம் ஏற்பட்டதுல எனக்கு ரொம்ப சந்தோஷம். அதேபோல, என் பொண்ணு சாந்திக்கு

ஏனோ கல்யாணம் தள்ளிப் போயிட்டே இருந்துச்சு. ராஜிக்குக் கல்யாணமான அடுத்த வருஷம், குடும்ப சகிதமா திருப்பட்டூர் போனோம். என் பொண்ணும் வந்திருந்தா. காசிவிஸ்வநாதர் கோயில்ல மனமுருகி வேண்டிட்டு வந்தோம். பிறகென்ன... அடுத்த ரெண்டே மாசத்துல அருமையான வரன் தகைஞ்சு வந்துச்சு. இன்னிக்கி சென்னை மந்தவெளில கணவர், குடும்பம்னு ஜாம்ஜாம்னு இருக்கா என் பொண்ணு. இதுல ஒரு வேடிக்கை பாருங்கோ... என் பொண்ணும் ஆடிப்பூரம் அன்னிக்குத்தான் திருப்பட்டூர்ல தரிசனம் பண்ணினா. அவங்க கணவரும் பூரம் நட்சத்திரம்தான்! என்ன மிராக்கிள் பாருங்களேன்' என்று ஆச்சரியத்துடன் சொல்கிறார் சாந்தியின் அம்மா மீனாட்சி.

இப்படி... எத்தனையோ அன்பர்களுக்கு பல நல்ல திருப்பங்களைத் தந்து கொண்டிருக்கிறது திருப்பட்டூர்!

படைப்புக் கடவுள்

'மனசுக்குள்ளேயே கோயில் கட்டி, கும்பாபி ஷேகத்துக்கும் தேதி குறிச்சாரே, பூசலார் நாயனார்... அதுமாதிரி, திருப்பட்டூர் தலத்துக்கு வராமலேயே, அங்கே எந்த சந்நிதிக்கும் போய் எந்த தெய்வத்தையும் வணங்காமலேயே, கடந்த ஒரு வருஷமா சிவப் பரம்பொருளை மானசீகமா வணங்கிட்டிருந்தேன். எனக்கும் என் குடும்பத்துக்கும் நல்வழி காட்டினார் கருணைக் கடவுள் பிரம்மா!' என்று நெகிழ்ந்து சொல்கிறார் லட்சுமி.

சென்னையில் வசித்து வரும் லட்சுமிக்கு, திருநெல்வேலிதான் பூர்வீகம். மிகுந்த சிவ பக்தை இவர். கணவரும் அவ்விதமே அமைந்தது வாழ்க்கையின் மிகப் பெரிய வரம்.

'எத்தனை கோயில்களுக்குப் போனாலும், சிதம்பரம் தலத்தில் கால் வெச்சதுமே கிடைக்கிற சிலிர்ப்புக்கு இணையா, இதுவரை வேற எந்தக் கோயிலிலும் ஏற்பட்டதில்லை எனக்கு! வருஷத்துக்கு நாலு முறையாவது சிதம்பரம் போய் தரிசனம் பண்ணினாத்தான்,

146

விகடன் பிரசுரம்

அந்த வருஷத்தையும் வயசையும் சரியாகக் கடந்து வந்த மாதிரி ஓர் உணர்வும் நிறைவும் வரும்.

எந்நேரமும் சிவபெருமானை நினைச்சுக்கிட்டே, சிவநாமத்தைச் சொல்லிக்கிட்டே இருக்கிறவள் நான். அதனால புதுசு புதுசா கோயில்களுக்குப் போகணும், தரிசனம் பண்ணணுங்கற எதிர்பார்ப்பெல்லாம் எனக்கு இல்லை. ஆனால், என் கணவர் லிங்கம், தேடித் தேடி கோயில்களுக்குப் போவார். சின்னதாக ஒரு ஓய்வுன்னாக்கூட, ஏதாவது ஒரு ஊருக்குப் போய், புதுசா ஒரு கோயிலுக்குப் போயிட்டு வந்துடுவார். வந்து கோயில் பத்தி, ஸ்தல புராணம் பத்தி, கோயிலோட கட்டமைப்பு பத்தியெல்லாம் கதைகதையா விவரிப்பார். அப்படி அவர் போயிட்டு வந்த திருப்பட்டூர் பத்தி ஒருமுறை விவரிச்சார் பாருங்க... அப்பவே அந்தக் கோயிலுக்குப் போகணும்னு ஆசை வந்துடுச்சு எனக்கு' என்று ஆச்சரியம் விலகாமல் பேசினார் லட்சுமி.

அவரைத் தொடர்ந்து, திருப்பட்டூர் தரிசன அனுபவம் பற்றி விவரிக்கத் தொடங்கினார் லட்சுமியின் கணவர் லிங்கம். ‘திருநெல்வேலி போயிட்டு வரும்போது முருகேசன் அண்ணாச்சிதான், ‘திருப்பட்டூர் போவோம்; இன்னிக்கி பிரதோஷம்’னு சொன்னார். பிரதோஷ நேரத்துல அங்கே போய் தரிசனம் பண்ணி டணும்னு காரை நிறுத்தாம ஓட்டச் சொன்னார். சாப்பிடக்கூட இல்லாம, விருட்டுன்னு வேகமாப் போனோம், திருப்பட்டூருக்கு! வழியில கோயில் பத்தி, அங்கே இருக்கிற சாந்நித்தியம் பத்தி விவரமா சொல்லிக்கிட்டே வந்தார்.

சியாமளா

திருப்பட்டூர் வந்ததும் நேரா காசி விஸ்வநாதர் கோயிலுக்குப் போனோம். அங்கே பக்கத்துல இருந்த திருக்குளத்துல கை-கால் கழுவிட்டு, அந்தத் தீர்த்தத்தை எடுத்து தலையில தெளிச்சிக்கிட்டு, உள்ளே போனால்... அங்கே வியாக்ரபாதரின் திருச்சமாதி. அடுத்தாப்ல விசாலாட்சியையும் காசி விஸ்வநாதரையும் தரிசனம் பண்ணிட்டு, நேராக பிரம்மபுரீஸ்வரர் கோயிலுக்குப் போனோம். அங்கே... பிரம்மாவுக்கு தனிச்சந்நிதி. தவிர, பக்கத்துல பதஞ்சலி முனிவரின் திருச்சமாதி.

மனசுக்கு நிறைவான தரிசனம். ஊருக்கு வந்ததும் மனைவிகிட்ட சொன்னேன். அவங்க ஆச்சரியமாயிட்டாங்க. அன்னிலேருந்து மனசுல சின்னதா ஒரு குறையோ வலியோ எது வந்தாலும், திருப்பட்டூர் ஸ்வாமியை மனசார நினைச்சு வேண்டிக்கிட்டதா சொல்வாங்க’ என்று நெக்குருகிப் பேசுகிறார் லிங்கம்.

இவரைப் போல் நிறைய அன்பர்கள் இப்படியான அனுபவத்தையே சொல்கிறார்கள். முதல்முறை எவருடனோ வந்து தரிசனம் செய்துவிட்டு, பிறகு குடும்பத்துடன் அடிக்கடி வருவது வழக்கமாகிவிட்டது என்று சொல்லிப் பூரிக்கிறார்கள்.

லிங்கம் – லட்சுமி

‘அவருக்குக் கடைல சின்னதா பிரச்னை, ஊர்ல நிலம் சம்பந்தமா ஒரு சிக்கல், பசங்களுக்கு பரீட்சை, சொந்தக்காரங்களுக்கு உடம்பு முடியலை... இப்படி வாழ்க்கைல என்ன வந்தாலும் சரி... திருப்பட்டூர் பிரம்மாவையும் பிரம்மபுரீஸ்வரரையும் நினைச்சுக்கிட்டு, ஒரு பத்து நிமிஷம் பிரார்த்தனை பண்ணிடுவேன். வந்த பிரச்னைங்க எல்லாமே அடுத்தடுத்த நாட்கள்ல, வந்த வழி தெரியாமப் போயிடும்.

மனசுக்குள்ளேயே நினைச்சுக்கிட்டிருந்த கோயிலுக்கு, யதார்த்தமா ஒரு ஞாயித்துக்கிழமை போனோம். அன்னிக்கி அங்கே திருக்கல்யாணம். அப்ப நடந்த ஒரு சம்பவம் ஒண்ணு... பிரம்மாவுக்கு இங்கேயிருந்தே வெள்ளைத் தாமரைப் பூக்கள் வாங்கிட்டுப் போயிருந்தேன். காரை விட்டு இறங்கி, பிரம்மபுரீஸ்வரருக்கு மாலையெல்லாம் வாங்கிட்டு, சந்நிதிக்குள்ளே வந்தா... கார்ல இருந்து தாமரைப்பூவை யாருமே எடுத்துட்டு வரலை. சரி... நான் எடுத்துட்டு வர்றேன்னு சொல்லிட்டு போன பையனும் கால்மணி நேரம் கழிச்சு, டிரைவர் எங்கேயோ போயிட்டாரும்மான்னு திரும்பி வர்றான்.

வேற வழியில்லாம, பிரம்மபுரீஸ்வரருக்கு வாங்கின மாலையையும் பூவையும் பிரம்மாவுக்குச் சாத்திட்டார் அர்ச்சகர். பிரம்மாவைப்

பார்த்ததும் பிரமிப்புல பேச்சே வரலை எனக்கு! சத்தியமா சொல்றேன்... அந்தத் திருப்பட்டூர் தலத்தை சத்தியலோகமாவே உணர்ந்தேன். அப்படியொரு சக்தி அங்கே பரவி நிக்குது.

அப்புறமா கார் டிரைவர் வந்ததும், பிரம்மாவுக்கு வாங்கின பூவையெல்லாம் பிரம்மபுரீஸ்வரருக்கும் பிரம்ம சம்பத்கௌரிக்கும் தந்தோம். இன்னொரு சுவாரஸ்யம் என்ன தெரியுமா? அன்னிக்கி ஸ்வாமி - அம்பாள் திருக்கல்யாணம். ஆக, பிரம்மா, பிரம்மபுரீஸ்வரர், பிரம்ம சம்பத்கௌரின்னு எல்லாருக்குமே பூக்கள் கொடுத்த பாக்கியம் எனக்கு! அது அந்தக் கடவுள், இது இன்ன ஸ்வாமின்னு நாமதான் பாரபட்சம் பார்க்கறோம். ஆனால், சக்திங்கறது ஒண்ணுதான்; சிவம்ங்கறது ஒண்ணுதான். இதை உணர்த்தின அற்புதத் திருவிடம்... திருப்பட்டூர்' என்று கண்களில் நீர் கசியச் சொல்கிற லட்சுமி, சிவ தீட்சை வாங்கி, காவி உடை தரிக்க வேண்டும் எனும் எண்ணத்தில் இருப்பவர்.

'சிதம்பரத்தில் வியாக்ர பாதருக்கும் பதஞ்சலி முனிவருக்கும் அந்தச் சிவபெருமான் திருக்காட்சி தந்தார். இங்கே... அந்த ரெண்டு

முனிவர்களும் சூட்சும ரூபமாக இருந்து, ஆசீர்வாதம் செய்ததாக உள்ளுணர்வு சொல்கிறது' என்று தழுதழுக்கச் சொல்கிறார் லட்சுமி.

உலகின் எந்த மூலையில் இருந்துகொண்டு, திருப்பட்டூர் திருத்தலத்தைப் பற்றி நினைத்தாலும், அவர்களுக்கு அருள்பாலிப் பார்கள் பிரம்மபுரீஸ்வரரும் காசிவிஸ்வநாதரும்! நம் தலையெழுத்தைத் திருத்தி அருளுவார் பிரம்மா. பிறகு அவனருளாலே அவன் தாள் வணங்கி என்பது போல், அந்த இறைச் சக்தியே நம்மை இங்கே இந்தத் தலத்துக்கு அழைத்து வந்துவிடும்!

'உனக்கு என்ன ஆச்சு, அப்படியொரு தைரியம் எப்படி வந்துச் சுன்னு சொந்தக்காரங்க, நண்பர்கள்னு எல்லாரும் கேக்கறாங்க. திருப்பட்டூர் பிரம்மா படம், எப்படியோ என் கைக்கு வந்துச்சு. அந்தக் கோயில் பத்தி தெரிஞ்சதுலேருந்து, மனசுல நிம்மதி இல்லேன்னா, சட்டுன்னு பிரம்மாவை நினைச்சு வேண்டிக்குவேன். சட்டுன்னு நிம்மதி வந்துடும்' என்று மலர்ச்சியும் மகிழ்ச்சியும் பொங்கச் சொல்கிறார் சென்னை வாசகி சியாமளா.

திருப்பட்டூர் அற்புதங்கள்!

'திருப்பட்டூர் போற என் ஆசை, பிரம்மோத்ஸவத்தின்போதுதான் நிறைவேறிச்சு. அப்படியொரு வாய்ப்பை எனக்குத் தந்திருக்கார், பிரம்மா. கணவர்கிட்டயும் மகள்கிட்டயும் சொல்லிட்டு, கையில ஒரு புடவையையும் எடுத்துக்கிட்டு, திருப்பட்டூர் போய் தேர் பார்த்துட்டு வரேன்னு சொல்லித் தனியாவே கிளம்பிட்டேன்.

முதல் நாள்... ஒவ்வொரு சந்நிதியிலயும் பத்து நிமிஷம் போல உட்கார்ந்து, நிம்மதியா பிரார்த்தனை பண்ணிக்கிட்டேன். அங்கே இருந்த சத்திரத்துல தங்கினேன். மதுரை, விருதுநகர்லேருந்தெல்லாம் நிறையப் பேர் வந்திருந்தாங்க. மறுநாள்... தேர்த்திருவிழா முடிஞ்சு, ஊருக்குக் கிளம்பி வந்தாச்சு. ஆனாலும், இப்பவும் என் மனசு, திருப்பட்டூர்லதான் இருக்கு. நினைச்ச காரியங்கள் ஒவ்வொண்ணா நல்லவிதமா நடந்துடும் என்பதற்கான அறிகுறிகள் தென்படுது! திரும்பவும் திருப்பட்டூர் போவேன். இந்த முறை குடும்பத்தோட போறதுன்னு பிளான் இருக்கு. திருப்பதியைப் போல் திருப்பம் தரும் திருப்பட்டூர் திருத்தலம்னு சொல்றாங்க. அப்படியொரு நல்ல திருப்பம், என் மனசளவிலயே ஆரம்பிச்சிடுச்சுன்னு நினைக்கிறேன்' எனக் கண்கள் பனிக்கச் சொல்கிறார் சியாமளா.

படைப்புக் கடவுளாம் பிரம்மாவின் திருவருளே திருவருள்!

சிவ கடாட்சம்

‘குருவருள் இருந்தால்தான் திருவருள் கிடைக்கும்னு சொல்லுவாங்க. எனக்கு வியாக்ர பாதர்தான் குரு. அவருடைய பேரருள் எனக்குக் கிடைச்சுட்டதாக, என் உள்ளுணர்வு சொல்லுது. மனசுல சின்னதாக ஒரு சலனமோ சஞ்சலமோ ஏற்பட்டா உடனே நான் திருப்பட்டூருக்கு ஓடிவர்றதுக்குக் காரணம் அதுதான்!’ என்று உணர்ச்சிவசப்பட்டுப் பேசுகிறார் தீபா ஹரி. சேலத்தைச் சேர்ந்தவர்.

‘வாழ்க்கைல பணம்-காசு சேரணும்னா, இன்னும் கூடுதலா சம்பாதிக்கலாம. அலலது, சிக்கனமா இருந்து சேமிக்கலாம். அதேபோல நல்ல விதமா, வாய்க்கு ருசியா சாப்பாடு வேணும்னா, அதுக்குன்னு ஸ்பெஷலா இருக்கிற ஹோட்டலுக்குப் போய்ச் சாப்பிடலாம். அல்லது, நாமே வீட்டுல அதைப் பண்ணியும் சாப்பிடலாம். ஆனால், மனசுல நிம்மதியும் பரிபூரணமான நிறைவும் கிடைக்கணும்னா, அதுக்கு ஒரே வழிதான் உண்டு. ‘நீயே கதி’ன்னு கடவுளைச் சரணடையறதுதான் அது. அப்படி

திருப்பட்டூர் அற்புதங்கள்!

'நான் சரணடைஞ்ச தலம்தான் திருப்பட்டூர்' என்று சொல்லும் தீபாவுக்கு வயது 55.

'தேடல் இருந்தால்தான் தெளிவு பிறக்கும்னு சொல்லுவாங்க. திருப்பட்டூர் எங்கே இருக்குன்னு தேடித் தேடிப் போகும்போதே... அந்தக் கோயிலை அடையும்போதே, உள்ளே ஏதோ ஒரு தெளிவு கிடைச்சுட்ட மாதிரி உணர்வு. ஊருக்குள்ளேயே இருக்கிற பிரம்மபுரீஸ்வரரைப் பார்க்கறதுக்கு முன்னாடி, அங்கிருந்து 1 கி.மீ. தொலைவுல இருக்கிற காசிவிஸ்வநாதர் கோயிலுக்குப் போனோம். சின்னதா ஒரு குளம். அந்தக் குளத்து அளவுக்கு ஒரு கோயில்னு அழகா, ரம்மியமா இருந்துச்சு அந்த இடம்.

உள்ளே நுழைஞ்சதுமே, வியாக்ரபாதரோட திருச்சமாதி. சக்திவிகடன்ல இந்தக் கோயில் பத்தி எழுதத் துவங்கிய காலகட்டம் அது. அப்ப ஏழெட்டு பேர், சமாதிக்குப் பக்கத்துல உட்கார்ந்து தியானம் பண்ணிட்டிருந்தாங்க. அதுவரைக்கும் தியானம், மெடிட்டேஷன்லெல்லாம் ஈடுபடாதவள் நான். காஞ்சி மகா பெரியவாளைக் குருவாகக்கொண்ட குடும்பம் எங்களுது. உள்ளே, மகா பெரியவா மாதிரி வயசான ஒருத்தர் ஏதோ என்னை தள்ளிவிடுற மாதிரி, உட்காரச் சொல்ற மாதிரி ஒரு நினைப்பு.

வியாக்ரபாதர் சமாதிக்கு எதிர்ல, கண் மூடி கொஞ்ச நேரம் உட்காரணும்னு தோணுச்சு. உட்கார்ந்தேன். 'ஞான முனியே... உன்னையே குருவாக நினைத்துக் கேட்கிறேன். உன்னருள் இருந்தால்தான் சிவனருள் கிடைக்கும். சிவனருள் கிடைத்தால்தான், அவன் திருவடியை அடைய முடியும். திருக்கயிலாயத்தில் இடம் கிடைக்கும். என் குருவே... எனக்கு அருளக்கூடாதா?'ன்னு உள்ளே

விகடன் பிரசுரம்

பிரார்த்தனை ஓடுது. காரணமே தெரியாம, கண்ணுலேருந்து ஜலம் வந்துட்டே இருக்கு. கொஞ்ச நேரத்துல அழுகையும் நின்னுருச்சு; பிரார்த்தனையும் முடிஞ்சிருச்சு. ஆனால், எழுந்திருக்க மனசில்லாம, அப்படியே கிடக்கிறேன். அப்புறம் மெல்லக் கண் திறந்து பார்த்தா... அர்ச்சகர் திருச்சமாதிக்குத் தீபாராதனை காட்டிட்டிருந்தார். உள்ளுக்குள்ளேயும் அப்படியொரு சுடர் எரிஞ்சுக்கிட்டே இருந்துச்சு' என்று சொல்லும்போது, முகம் முழுவதும் பிரகாசமாகிறது தீபாவுக்கு.

உண்மைதான். திருப்பட்டூர் சென்றிருக்கிறீர்களா? அங்கே, காசிவிஸ்வநாதர் கோயிலில் வியாக்ரபாதர் திருச்சமாதியிலும் பிரம்மபுரீஸ்வரர் கோயிலில் பதஞ்சலி முனிவர் திருச்சமாதியிலும் மனம் குவித்து உட்கார்ந்திருக்கிறீர்களா? அந்த ஞானகுருக்கள் இருவரும் சூட்சும வடிவாக நம்மைக் கவனிப்பதை, நம் கண்ணீரைத் துடைப்பதை, உள்ளொளி ஏற்றுவதை, ஆசீர்வதிப்பதை உணர்ந்தவர்கள் பாக்கியவான்கள்.

கடந்த சில வருடங்களுக்கு முன்பு வரை, வியாழன் - ஞாயிற்றுக் கிழமைகளில் மட்டும் ஒரு நாற்பது ஐம்பது பக்தர்கள் வருகை தந்தார்களாம். இன்றைக்குத் திருப்பட்டூரின் மகிமை மெல்ல மெல்லப் பரவி, தென்மாவட்டங்களில் இருந்தும் கோவை, ஈரோடு, சேலம் முதலான ஊர்களில் இருந்தும், சென்னை, பெங்களூரு போன்ற பெருநகரங்களில் இருந்தும் தினமும் நூற்றுக் கணக்கான பக்தர்கள் வருவதாகச் சொல்லி வியக்கிறார்கள், திருப்பட்டூர் மக்கள்.

பிரம்மா, தட்சிணாமூர்த்தி ஆகியோர் இறை வடிவ குருமார்கள். வியாக்ரபாதர், பதஞ்சலி - மனித வடிவ குருமார்கள். ஆக, குருவின்

பரிபூரண ஆசீர்வாதம் கிடைக்க வேண்டும், நம் தலையெழுத்தையே பிரம்மன் மாற்றியருள வேண்டும் என்கிற பிரார்த்தனையோடும் எதிர்பார்ப்புகளுடனும் வருகின்றனர் பக்தர்கள். அப்படியொரு எதிர்பார்ப்புதான் தீபா ஹரிக்கும்.

'இந்த முறை குடும்பத்துடன் திருப்பட்டூர் போயிருந்தப்ப என்ன நடந்துச்சு தெரியுமா? எத்தனையோ வருஷங்களுக்குப் பிறகு திருப்பட்டூர் கோயில்ல பிரம்மோத்ஸவம் இப்போது நடந்தது தெரியும்தானே?! அதிகாலைல சேலத்துலேருந்து கார்ல கிளம்பி, திருப்பட்டூருக்கு வந்தோம். பிரம்மபுரீஸ்வரர் கோயிலுக்குள் நுழைஞ்சா... அப்பத்தான் விழாவுக்கான கொடியேற்றம் துவங்குது. கொடியேத்தின உடனேயே, 'யாரெல்லாம் எண்ணெய், பூவெல்லாம் கொண்டு வந்திருக்கீங்க... கொடுங்க'ன்னு சிவாச்சார்யர்கள் கேட்டாங்க. நான் வீட்லேருந்து கொண்டு வந்த எண்ணெய், திரி, ஊதுவத்தி, முப்பது முழக் கதம்பம்னு எல்லாத்தையும் அப்படியே கொடுத்தேன். உடனே, கொடிக்கம்பத்துக்கு தீபாராதனை நடந்துச்சு. அதுல நாங்க கொண்டு வந்த பொருட்களும் கலந்திருக்குன்னு நினைச்சு, நெகிழ்ந்து போயிட்டோம். திருப்பட்டூர், எங்களுக்கு இப்படியொரு புண்ணியத்தைக் கொடுத்திருக்குன்னுதான் சொல்லணும்' என்று பரவசம் மாறாமல் சொல்கிறார் தீபா ஹரி.

விகடன் பிரசுரம்

'இந்தத் திருப்பட்டூரை உலக மக்களுக்குப் பரவலா அறிமுகப் படுத்தினது சக்திவிகடன்னா, எனக்கு அறிமுகப்படுத்தினது என் மனைவிதான். ஒருநாளைக்கு நாலு முறையாவது திருப்பட்டூர், திருப்பட்டூர்னு ஏதாவது ஒரு தகவலைச் சொல்லிட்டே இருப்பாங்க. கோயிலுக்குப் போய் தரிசனம் பண்ணிட்டு வந்ததிலேருந்து, ஒரு நிறைவும் நிதானமும் வந்திருக்குங்கறது எனக்குமான உணர்வுதான். அந்தக் கோயிலுக்கு எண்ணெயோ திரியோ, அபிஷேகமோ நைவேத்தியமோ... ஏதாவது செய்யணும்னு தோணிக்கிட்டே இருக்கு' என்று ஆமோதித்தபடி சொல்கிறார் ஹரி.

இப்படி... தீபாவைப் போன்றவர்களும், ஹரியின் சிந்தனையில் இருப்பவர்களும் அதிகரித்தபடியே இருக்கிறார்கள்.

பிரம்மபுரீஸ்வரர் ஆலயத்தில் பிரம்மன் தன் சாபம் நீங்கவும், இழந்த பதவியைப் பெறவும் 12 சிவலிங்கங்கள் அமைத்து வழிபட்டார் என்பதை முன்பே பார்த்தோமே... நினைவிருக்கிறதா? அவை, பன்னிரண்டு தலங்களில் உள்ள மூர்த்தங்கள். ஆகவே, இங்கு வந்து தரிசித்தால், 12 தலங்களுக்குச் சென்று வழிபட்ட புண்ணியமும் கிடைக்கப் பெறுவோம் என்பது ஐதீகம்! அந்த சிவ மூர்த்தங்களும் தனித் தனிச் சந்நிதிகளில் அருள்கின்றனர். அந்தப் பகுதி மட்டும் இருள் படர்ந்து, புல்வெளியாக இருக்கும்.

இந்தக் கோயிலின் சாந்நித்தியத்தை அறிந்த பெங்களூரு அன்பர் ஒருவர் இங்கே வந்து, 12 சிவலிங்க சந்நிதிகளையும் தரிசித்துவிட்டு வருகிறபோது, 'இந்தப் பகுதியில் கிரானைட் கற்கள் பதிக்கவும், மின்விளக்குகள் பொருத்தவும் ஆகும் செலவை நான் ஏற்றுக் கொள்கிறேன்' என்று சொல்லிவிட்டுச் சென்றார். அவரே அடுத்த முறை வந்து, பல லட்சக்கணக்கான செலவுத் தொகையையும் வழங்குவதற்கு உறுதி சொல்லிச் சென்றிருக்கிறாராம். கூடவே, தன் பெயரை எக்காரணம் கொண்டும் எவரிடமேனும் தெரிவிக்கவோ, கல்வெட்டில் பொறிக்கவோ கூடாது என்றும் உறுதிபடத் தெரிவித்துள்ளாராம் அவர்.

ஆன்மிக உணர்வில் தோய்ந்தவர்கள் அப்படித்தான் இருப்பார்கள். அந்த 12 சிவலிங்கங்கள் கொண்ட சந்நிதிகள் அமைந்துள்ள பகுதி, சீக்கிரமே கிரானைட் கற்கள் பதிக்கப்பட்டு, மின்விளக்குகளில் ஜொலிக்கப்போவதைக் கற்பனை செய்து பார்த்தால்... நெஞ்சமே நிறைந்து போகிறது! திருப்பதிக்கு நிகரானதாகப் புகழப்படும் தலமாக திருப்பட்டூர் அமையப்போகிறது என்று சொன்ன அந்த ஓலைச்சுவடி வாசகம்தான் நினைவுக்கு வந்தது.

சிவ கடாட்சம், சிவ கடாட்சம், சிவ கடாட்சம்!

யாகங்களும் கும்பாபிஷேகமும்

ஓர் ஆலயத்தின் சாந்நித்தியம் குறையாமல் இருப்பதற்குத்தான் பூஜைகளும் மந்திரங்களும்! இறைச் சக்தியை விக்கிரகத் திருமேனிக்குள் கொண்டு வந்து சந்நிதிக்குள் இறக்கி, அந்தப் பேரருள் அனைவருக்கும் கிடைக்க வேண்டும் என்பதற்காகத்தான் யாகங்களும் கும்பாபிஷேக வைபவங்களும் நடைபெறுகின்றன.

மனிதனின் மனம்கூட கோயிலுக்கு நிகரானதுதான். சொல்லப்போனால், மனக் கோயிலில் இறைவன் குடியிருந்துவிட்டால், மனிதன் அப்பழுக்கற்றவனாகத் திகழ்வான். இன்னும் சொல்வதென்றால், மனிதனே தெய்வமாகிப்போவான். அதற்காகத்தான், பக்தியை ஒவ்வொரு மனிதனுக்குள்ளேயும் விதைத்தனர் நம் முன்னோர்!

‘நீறில்லா நெற்றி பாழ்’ என்று, நெற்றியில் திருச்சின்னங்கள் இட்டுக் கொள்வதன் அவசியத்தை உணர்த்தினார்கள். ‘மனமது செம்மையானால் மந்திரம் செபிக்க வேண்டாம்’ என்று மனத்தை நல்வழிப்படுத்துவதன்

திருப்பட்டூர் அற்புதங்கள்!

முக்கியத்துவத்தை போதித்தார்கள். 'கோயில் இல்லா ஊரில் குடியிருக்க வேண்டாம்' என அறிவுறுத்தினார்கள். அப்படி இருந்து விட்டால் போதுமா? ஆகவே, 'ஆலயம் தொழுவது சாலவும் நன்று' என்று குறிப்பிட்டார்கள்.

ஒரு தலத்தில் வேத கோஷங்கள் முழங்குவதும், அடிக்கடி யாக பூஜைகள் நடப்பதும் சிறப்புக்கு உரியவை. திருப்பங்கள் தருகிற திருப்பட்டூர் திருத்தலமும் வேத கோஷங்கள் முழங்குகிற திருவிடமாக அமைந்திருக்கிறது. இங்கேயுள்ள பிரம்மபுரீஸ்வரர் கோயில், காசி விஸ்வநாதர் கோயில், மாசாத்தனார் கோயில் என மூன்று பிரமாண்ட ஆலயங்களும் தங்களின் மொத்த சாந்நித்தியத்தையும் பரப்பி, இந்தத் தலத்தையும் தலத்துக்கு வருவோரையும் செழிக்கச் செய்கின்றன.

இப்போது, பிரம்மபுரீஸ்வரர் கோயிலில் பிரம்மோத்ஸவ விழா நடைபெற்றது. பத்து நாள் விழாவும் விமரிசையாக நடந்தேறியது. இதையடுத்து சாஸ்தா, சாத்தனார், அய்யனார் என்றெல்லாம் சொல்லப்படுகிற மாசாத்தனார் கோயிலில் பல வருடங்கள் கழித்து கும்பாபிஷேகம் சீரும் சிறப்புமாக நடைபெற்றது பிரம்மோத்ஸவத்தின்போது யாகங்களும் ஹோமங்களும் வேத கோஷங்களும் பூஜைகளுமாகத் திகழ்ந்த திருப்பட்டூரில் அதையடுத்து... யாகசாலை பூஜைகள் என்ன, கும்பாபிஷேக கோலாகலம் என்ன, மண்டலாபிஷேகம் என்ன... என மங்கல கரமாகவும் விமரிசையாகவும் நடந்து வருகின்றன விழாக்கள்.

“எனக்குத் தெரிஞ்சு, திருப்பட்டூர் பிரம்மா கோயில்ல பெருசா வழிபாடுகள் நடந்ததில்லை. பெருமளவு கூட்டமா பக்தர்களும் வந்ததில்லை. ஒரு பத்து வருஷத்துக்கு முன்னாடிகூட, பிரதோஷ பூஜைக்கு இந்தக் கோயிலுக்கு வந்திருக்கேன். ஆனால், கூட்டமே இருக்காது; பக்தர்களே வரமாட்டாங்க. ஒரேயொரு குருக்கள் மட்டும் இங்கேயும் அங்கேயுமா ஓடிப்போய், எல்லாத்தையும் எடுத்துட்டு வந்து அபிஷேகம் செஞ்சு, அலங்காரம் பண்ணி, தீபாராதனைக் காட்டுவார். அந்த பிரதோஷ பூஜைக்கு ரொம்ப வயசான நாலஞ்சு பெரியவர்கள் மட்டும் வருவாங்க. இன்னிக்கி கார்லயும் வேன்லயுமா எங்கிருந்தெல்லாமோ ஜனங்க திரள் திரளா வர்றாங்க. அன்னிக்கு அபிஷேகப் பொருளுக்கு ஆளுக்கு ரெண்டு ரூபா, அஞ்சு ரூபான்னு போடணும். ஆனால் இப்ப, பை கொள்ளாத அளவுக்கு அபிஷேகப் பொருட்களோட வர்றாங்க நிறையப் பேர். அது மட்டுமா? நந்திதேவர்ல ஆரம்பிச்சு பிரம்மா வரைக்கும் எல்லாருக்குமே வஸ்திரம் வாங்கிட்டு வர ஆரம்பிச்சிட்டாங்க. தன் சாந்நித்தியத்தையும் சக்தியையும் கொஞ்சம் கொஞ்சமா வெளிப்படுத்துகிற தலமாக திருப்பட்டூர் மெல்ல மெல்ல விஸ்வரூபம் எடுத்துக்கிட்டிருக்கு!’ என நெக்குருகு கிறார் சீனிவாசன் எனும் அன்பர்.

திருப்பதிக்கு நிகரானதாகப் போற்றப்படுகிற தலமாக திருப்பட்டூர் திகழப்போகிறது என ஓலைச்சுவடிகளில் எப்போதோ எவராலோ எழுதி வைக்கப்பட்டிருக்கிறது. இன்று

திருப்பட்டூர் அற்புதங்கள்!

எங்கிருந்தெல்லாமோ இந்தக் கோயிலுக்கு வந்து குவியும் ஜனங்களைப் பார்க்க, இப்போதே இந்தத் தலம் புகழ் பெறத் துவங்கிவிட்டது என்றே தோன்றுகிறது.

'மண்ணச்சநல்லூர் பக்கத்துல இருக்கிற பாச்சூர்தான் எனக்குச் சொந்த ஊர். ஆறேழு வருஷத்துக்கு முன்னாடி இந்தக் கோயிலுக்கு வந்து, வியாக்ரபாதர் சமாதிக்கு முன்னாடி உட்கார்ந்து தியானம் செய்றது என் வழக்கம். தொடர்ந்து 11 வியாழக்கிழமைகள் தவறாம இங்கே வந்து வியாக்ரபாதர் சமாதிலயும் பதஞ்சலி முனிவர் சமாதிலயும் தியானம் செஞ்சதுல, மனசுல ஒரு தெளிவு கிடைச்சுது. எதுக்கும் பதற்றம் ஆகாத தன்மை வந்துது. உள்ளுக்குள்ளே ஒரு அமைதி உருவாச்சு. இந்த நிதானமும் தெளிவும்தான் என்னை அடுத்தகட்ட வெற்றிக்குக் கூட்டிட்டுப் போச்சு. தொடர்ந்து 11 வியாழக்கிழமைகள் இங்கு வந்து தியானம் செஞ்சு பாருங்க; நீங்களும் நல்லதொரு மாற்றத்தை உணருவீங்க' என்கிறார் காத்தபெருமாள் எனும் வாசகர்.

'இன்னிக்கி நான் நல்லாருக்கேன்னா, அதுக்கு இந்தத் தலம்தான் காரணம். என்னை நல்லாப் புரிஞ்சுக்கிட்ட மனைவி கிடைச்சதும், வாழ்க்கை ரொம்ப இனிமையா மாறியிருக்கிறதும் இந்தத் தலத்துக்கு வந்து தரிசிச்ச புண்ணியம்தான்! இப்பவும் மனசுல ஏதாவது குழப்பம்னா, ஓடி வந்துடுவேன் திருப்பட்டூருக்கு...' என்கிறார் காத்தபெருமாள்.

'விதி இருப்பின் விதி கூட்டி அருளுக' என்று பிரம்மாவிடம் வலியுறுத்திச் சொன்னார் அல்லவா, சிவபெருமான்! அதன்படி, திருப்பட்டூருக்கு வந்து, சிவனாரை வணங்கிவிட்டு, தம்மை வணங்குகிற பக்தர்களுக்கு, அவர்களது விதியைத் திருத்தி நல்லவிதமாக எழுதுகிறார் பிரம்மதேவன். அதனால்தான், இன்றைக்குத் தினமும் நூற்றுக்கணக்கான பக்தர்கள் இந்தத் தலத்தைத் தேடி வருகிறார்கள்!

'தஞ்சாவூர்தான் என் சொந்த ஊர். ஆனால், இதுவரைக்கும் திருப்பட்டூருக்கு வந்ததே இல்லை. எங்க தாத்தா, 'திருப்பட்டூருக்குப் போய் ஸ்வாமி தரிசனம் பண்ணுடா... உனக்கு நல்லது நடக்குதா இல்லையானு பாரு'ன்னு அடிக்கடி சொல்லிக்கிட்டே இருந்தார். சமயபுரம் வரை வந்து தரிசனம் பண்ணிட்டுத் திரும்பியிருக்கேன். அதேபோல, சிறுவாச்சூர் மதுரகாளி அம்மன் கோயிலுக்குப் போயிருக்கேன். ஆனால், திருப்பட்டூரைக் கடந்து போனேனே தவிர, அங்கே போய் தரிசனம் பண்ணவே இல்லை. யதார்த்தமா டெல்லிலேருந்து வந்திருந்த நண்பர் திருப்பட்டூர் போகணும்னு சொன்னப்ப... ஆச்சரியமா இருந்துது. சரின்னு போனோம்.

தாமரைப்பூன்னா எனக்கு ரொம்பப் பிடிக்கும். அதனால ஸ்வாமி, அம்பாள், பிரம்மா எல்லாருக்குமே வெள்ளைத் தாமரை மலர்களை வாங்கிச் சார்த்தினேன். அன்னிக்குக் கோயில்ல இருந்த சிவாச்சார்யர், 'வெள்ளைத் தாமரை சார்த்தி பிரம்மாவை வழிபட்டா, உடனடி பலன் கிடைக்கும். அதேபோல, நீங்க பிறந்த நட்சத்திர நாள்ல இங்கே வந்து வணங்கறது ரொம்பவே புண்ணியம். இன்னிக்கு சதய நட்சத்திரம். சதய நட்சத்திரக்காரங்க யாராவது இருந்தீங்கன்னா அமோகமா இருப்பீங்க. எழுதி வைச்சுக்கங்க!' என்றார். என்ன ஆச்சரியம்... நான் சதய நட்சத்திரம்! அதுககுப் பிறகு, பிசினஸ் சூடுபிடிக்க ஆரம்பிச்சுது. இப்ப எனக்குக் குலதெய்வம், இஷ்ட தெய்வம் எல்லாமே பிரம்மாதான்!' எனச் சொல்லிச் சொல்லி உருகுகிறார் தஞ்சை வாசகர், சிவகுருநாதன்.

இப்படித்தான்... ஒவ்வொருவரின் வாழ்விலும் இரண்டறக் கலந்துவிட்ட திருப்பட்டூர், மெல்ல மெல்ல புகழ் பெற்று வருகிறது. அதன் சாந்நித்தியத்தை அறிந்தவர்களும், அறிந்து உணர்ந்து திருப்பட்டூரை அடைந்தவர்களும் பாக்கியசாலிகள்!

பரவசமான அனுபவம்

‘இந்த முறை தமிழகத்துக்கு வரும்போது, தரிசனம் பண்ண வேண்டிய கோயில்கள் பட்டியல்ல நான் முக்கியமான இடம் கொடுத்திருந்தது திருப்பட்டூருக்குத்தான்! அதன்படி திருப்பட்டூருக்குப் போனோம். அங்கே அருமையான தரிசனம் கிடைச்சது. அந்தத் தலத்துல கால் வைச்சதுக்கான பலனும் கிடைச்சுது’ என்று பெருமிதத்துடன் சொல்கிறார் சீனிவாசன். தற்போது, டெல்லியில் பணியாற்றி வரும் இவர், புதுக்கோட்டையை பூர்வீகமாகக் கொண்டவர்.

‘புதுக்கோட்டைல இருந்தப்ப சின்ன வயசு. கோயில்-குளம்னு பெருசா தேடிப் போகலை. அப்புறம் படிப்பு, உத்தியோகம்னு ஓடிக்கிட்டே இருக்க வேண்டியதாயிருச்சு. ஒருவழியா... நல்ல வேலை கிடைச்சு, டெல்லில செட்டிலாகியாச்சு. மே மாத விடுமுறைல வரும்போது, உறவுக்காரங்க, நண்பர்கள்னு எல்லாரையும் பார்த்துட்டு, முக்கியமான கோயில்களுக்குப் போய் தரிசனம் பண்ணிட்டு, எங்கள் குலதெய்வம் சிறுவாச்சூர்

அர்ச்சகர்களுடன் எஸ்.வி.சேகர்

மதுரகாளியம்மனை கண்ணாரத் தரிசனம் பண்ணிட்டு, டெல்லி கிளம்பிடுவோம்.

சக்திவிகடன்ல 'திருப்பட்டூர் அற்புதங்கள்' படிக்கும்போது தான் திருச்சிக்குப் பக்கத்துல, எங்கள் குல தெய்வம் இருக்கிற சிறுவாச்சூருக்குப் பக்கத்துல இப்படியொரு அற்புதமான கோயில் இருக்கறதே தெரிய வந்துச்சு.

நாங்களும் எத்தனையோ கோயில்களுக்குப் போயிருக்கோம்; தரிசனம் பண்ணியிருக்கோம். ஆனால், எங்களுக்குத் தெரிஞ்சு சித்த புருஷர்கள் அல்லது முனிவர்களின் திருச்சமாதியைக் கோயில்ல பார்த்ததே இல்லை. திருப்பட்டூர்ல உள்ள ரெண்டு கோயில்லயும் பதஞ்சலி முனிவர் மற்றும் வியாக்ரபாதர் திருச் சமாதிகள் இருக்குன்னு படிக்கப் படிக்க... அந்தக் கோயிலுக்குப் போகணுங்கற ஆர்வம் அதிகமாயிட்டே இருந்துச்சு.

இதோ... இந்த மே மாத விடுமுறைல டெல்லிலேருந்து தமிழகத்துக்கு வந்தோம். ராமேஸ்வரம், திருச்சி குணசீலம், ஸ்ரீரங்கம்னு போயிட்டு, அப்படியே சிறுவாச்சூர் மதுரகாளியம்மன் கோயிலுக்கு வந்து, சிறப்பு அபிஷேக - ஆராதனைகள் எல்லாத்தையும் செஞ்சு முடிச்சோம்.

திருப்பட்டூர் அற்புதங்கள்!

சீனிவாசன்

அப்புறமா, நேராகத் திருப்பட்டூருக்குப் போனோம். அடடா... அந்தக் கோயில் கோபுர வாசல்ல நிக்கும்போதே... நம்ம பாவமெல்லாம் விலகிட்ட மாதிரி ஒரு உணர்வு' என்று ஆச்சரியமும் ஆர்வமும் பொங்கச் சொல்கிறார் சீனிவாசன்.

'பெருசா எந்த எதிர்பார்ப்பும் இல்லாதவன் நான். என் குடும்பமும் அப்படித்தான்! ஆனால், ரொம்பநாளாக ஆபீஸ்ல வரவேண்டிய புரமோஷன் ஒண்ணு, தள்ளிப் போயிக்கிட்டே இருந்துச்சு. பிரம்மபுரீஸ்வரரைத் தரிசனம் பண்ணிட்டு, பிரம்மாவோட சந்நிதிக்கு வந்ததும்... அப்படியே அதிர்ந்து போயிட்டோம்.

அடேங்கப்பா... என்னவொரு பிரமாண்டமான திருமேனி. மஞ்சள் காப்பு அலங்காரத்துல, பிரம்மாவைப் பார்க்கப் பார்க்க... 'இனி நம்ம வாழ்க்கை இதைவிட இன்னும் பெட்டரா, ரொம்ப அழகா இருக்கப்போகுது'ங்கற மாதிரி ஒரு உணர்வு; ஒரு நம்பிக்கை! சிலிர்ப்போடயே தரிசனம் பண்ணிட்டு, வெளியே வந்தோம்.

'ரொம்ப வருஷமா உனக்கு புரமோஷன் தள்ளிப்போயிக் கிட்டே இருந்துச்சுல்ல அப்பா... உனக்குச் சீக்கிரமே அந்தப் புரமோஷன் கிடைக்கணும்'னு வேண்டிக்கிட்டேன்'னு சொன்னான் என் பையன் ஸ்ரீகாந்த். நெகிழ்ந்து போயிட்டேன். அப்புறம் நாலு நாள்... இன்னும் சில கோயில்களுக்கும், புதுச்சேரி அன்னை ஆஸ்ரமத்துக்கும் போயிட்டு, டெல்லி திரும்பினோம். வேலைக்குப் போன மூணாவது நாள்... அதாவது திருப்பட்டூருக்குப் போயிட்டு வந்த ஏழாவது நாள்... ஆபீஸ்ல, புரமோஷன் ஆர்டரைக் கூப்பிட்டுக் கொடுத்தாங்க. ரொம்ப ரொம்ப சாந்த்தியமான அந்தக் கோயிலுக்கும் பிரம்மாவுக்கும் அங்கிருந்தபடியே மானசீகமா நமஸ்காரம் பண்ணினேன். இனி, சிறுவாச்சூர் குலதெய்வத்தையும் திருப்பட்டூர்ல இருக்கிற இஷ்ட தெய்வத்தையும் தமிழகம் வரும்போதெல்லாம் தரிசனம் பண்றதுன்னு உறுதியே எடுத்துட்டோம், எங்க வீட்ல!' என நம்பிக்கையும் உற்சாகமும் ததும்பச் சொல்லி முடித்தார் சீனிவாசன்.

இதுபோன்ற சின்னச் சின்னப் பிரார்த்தனைகளை நிறைவேற்றி, நம் வாழ்வில் நல்ல பல திருப்பங்களைத் தருகிறது, திருப்பட்டூர் திருத்தலம் என்று வாசக அன்பர்களும் பக்தர்களும் நெக்குருகிச் சிலாகித்துக்கொண்டே இருக்கின்றனர்.

‘கஷ்டப்படும்போது, கோயில்களுக்குப் போறோமோ இல்லியோ... நல்லா இருக்கும்போது, நிச்சயமாகக் கோயில்களுக்குப் போய் தரிசனம் பண்ணணும். சினிமால நடிச்சாலும் சரி... நடிக்கலேன்னாலும் சரி. அரசியல்ல வளர்ச்சி அடைஞ்சிருந்தாலும் சரி... சின்னத் தேக்கத்தோட இருந்தாலும் சரி. நாடகம் அடிக்கடி நடந்தாலும் சரி... நடக்காது போனாலும் சரி. இந்த என் வாழ்க்கை எப்பவும் சந்தோஷமா, நிம்மதியா, அமைதியா போயிக்கிட்டேதான் இருக்கு. அதனால பிரார்த்தனை, நேர்த்திக்கடன் போன்ற சமாசாரம்லாம் நான் பண்றதே இல்லை’ என்று தனக்கே உரிய நகைச்சுவை உணர்வுடன் சொல்கிறார் எஸ்.வி.சேகர்.

‘திருப்பதிக்குப் போனதும் திடீர்னு தோணும்... அங்கப் பிரதட்சணம் பண்ணணும்னு! உடனே பண்ணிருவேன். அதேபோல், சபரிமலைக்குப் போகும்போது தோணுச்சு... நிறைய்ய முறை அங்கப்பிரதட்சணம் பண்ணியிருக்கேன். திருப்பதிபோல சபரிமலை மாதிரி, மனசுக்கு நிறைவும் வாழ்க்கையில நல்லதொரு திருப்பமும் தர்ற தலம், திருப்பட்டூர். ரொம்ப வருஷமாப் போய் தரிசனம் பண்ணிட்டிருக்கேன். ‘எனக்கு இதைக் கொடு; அதைச் செஞ்சு தா’னு பிரம்மாகிட்ட கேட்டதே இல்லை இந்த வாழ்க்கையைக் கொடுத்த பிரம்மனுக்கு எனக்கு இன்னும் என்னெல்லாம் கொடுக்கணும்னு நிச்சயம் தெரியும். அதனால எதுவும் கேக்காம, தரிசனம் பண்ணிட்டுத் திரும்பிருவேன்.

இப்பக்கூட.... திருப்பட்டூர் போயிருந்தேன். எப்பவும், எந்தக் கோயிலுக்குப் போனாலும் விளக்கேத்த நெய் கொண்டு போறது வழக்கம். அதேபோல இங்கேயும் போய், ரொம்ப நிறைவா தரிசனம் பண்ணிட்டு வந்தேன். சின்ன வயசுலேருந்தே முனிவர்கள், சித்தர்கள், மகான்கள் மேல ஆழ்ந்த ஈடுபாடும் பக்தியும் எனக்கு உண்டு.

இங்கே... பிரம்மபுரீஸ்வரர் கோயில்ல பதஞ்சலி முனிவருக்கும் காசிவிஸ்வநாதர் கோயில்ல வியாக்ரபாதருக்கும் திருச்சமாதிகள் இருக்கு. இதுதான், இந்தக் கோயில் மேல அதிகம் ஈடுபாடு வர்றதுக்குக் காரணம். நமக்கு சார்ஜ் ஏத்திவிடுற மாதிரியான சாந்நித்தியமான கோயில்கள் நிறைய இருக்கு! புராண-புராதனப் பெருமைகள் கொண்ட இந்தக் கோயில்ல அந்த முனிவர்களோட திருச்சமாதிக்குப் பக்கத்துல கொஞ்ச நேரம் உட்கார்ந்திருந்தாலே... ஒரு புத்துணர்ச்சி பரவறதை உணர முடியும்!

அதேபோல, பிரம்மாவும் குரு; தட்சிணாமூர்த்தியும் குரு. இங்கே... பிரம்மாவோட சந்நிதிக்கு நேரா நின்னுக்கிட்டு பிரம்மாவையும் தரிசனம் பண்ணலாம்; குரு தட்சிணாமூர்த்தியையும் கண்ணாரத்

திருப்பட்டூர் அற்புதங்கள்!

தட்சிணாமூர்த்தி

தரிசிக்கலாம்! இந்த அமைப்புகூட வேற எங்கேயும் இல்லாதது. ரொம்பப் பரவசமான அனுபவங்கள் நிறைஞ்ச கோயில்... திருப்பட்டூர்!

அதைச் சொன்னாப் புரியாது. திருப்பங்கள் தரும் திருப்பட்டூருக்கு போனாத்தான் அந்த அனுபவங்களை உணர முடியும்' என்கிறார் எஸ்.வி.சேகர்.

உண்மைதான். சில விஷயங்களை உணரத்தான் முடியும்; உணர்த்துவது கடினம்!

குருபூஜை

திருச்சியில் இருந்து திருப்பட்டூருக்குச் செல்லும்போது, சென்னை சாலையில் சிறுகனூர் எனும் ஓர் ஊர் வரும். இந்த ஊரின் இடது பக்கத்தில், அரசு பள்ளிக்கூடம் ஒன்று அமைந்திருக்கும். இந்தப் பள்ளிக்கு அருகில், ‘திருப்பட்டூர் 5 கி.மீ.’ என்கிற அறிவிப்புப் பலகையும், அதையொட்டிய தார்ச்சாலையும் இருக்கும்.

இந்தச் சாலையின் வழியே சென்று, திருப்பட்டூரை அடைந்ததும், நம் கண்ணில் முதலில் தென்படும் ஆலயம் எது தெரியுமா? அய்யனார் கோயில்தான்!

அய்யனார் கோயில் என்பதை, ஊரின் எல்லையில் அல்லது ஒதுக்குப்புறத்தில் அல்லது வயல்வெளிகளுக்கு நடுவில் பார்த்து இருப்பீர்கள். அதுவும் எப்படி? வெட்ட வெளியில், வீச்சரிவாளும் முறுக்கு மீசையுமாக, மரத்தடியில் அமர்ந்திருக்கிற அய்யனாரையே தரிசித்திருப்போம். ஆனால், இந்த அய்யனார் கோயில் மிகப் பிரமாண்டமானது! முழுக்க

முழுக்கக் கருங்கல் திருப்பணி செய்யப்பட்ட, மிகப் பெரிய மதில் கொண்ட அழகான கோயில் இது. சாத்தனார், மாசாத்தனார், அய்யனார், சாஸ்தா என்றெல்லாம் ஒவ்வொரு கட்டத்திலும் அய்யனாரின் திருநாமம் மாறிக்கொண்டே வந்திருக்கிறது. தமிழகத்தில், குறிப்பாக சோழர் காலத்தில் சாத்தனார் வழிபாடு மிகவும் முக்கியமானதாக இருந்துள்ளது. யுத்தத்துக்குச் செல்வதற்கு முன்பு, விதைப்பதற்கு முன்னதாக, புதிய சட்டங்களை மக்களுக்கு அறிவிப்பதற்கு முன்னர் அமைச்சர் பெருமக்களும் ஆன்றோர்களும் இங்கு வந்து, பொங்கல் படையலிட்டு வழிபட்டுச் சென்று இருப்பதாகச் சொல்கிறது ஸ்தல வரலாறு. முக்கியமாக, புலவர் பெருமக்கள் சாத்தனாரை மனமுருக வழிபட்டு வந்திருக்கிறார்கள். அவரின் சக்தியிலும் பேரருளிலும் மெய்மறந்து போயிருக்கிறார்கள். தங்களின் பெயருடன் சாத்தனார் பெயரையும் சேர்த்துச் சொல்வதைப் பெருமையாகக் கருதினார்கள்.

எல்லாவற்றுக்கும் மேலாக இந்தத் திருப்பட்டூர் இத்தனை சாந்நித் தியங்களுடன் திகழ்வதற்கு இன்னொரு காரணமும் உண்டு.

சேர நாட்டைச் சேர்ந்த மன்னர் சேரமான் பெருமாள் நாயனார். கேரள மாநிலம் கொடுங்களூருக்கு அருகில் உள்ள தலம் திருஅஞ் சைக்குளம் (தற்போது இது திருவஞ்சிக்குளம்). இந்தத் தலத்தில் வாழ்ந்த சேரமான் நாயனார், ஆரூரைச் சேர்ந்த சுந்தரமூர்த்தி நாயனாரைத் தன் குருவாகக் கொண்டு வாழ்ந்தார்.

ஒருமுறை, சுந்தரரை திருக்கயிலாயத்துக்கு அழைத்து வரும்படி இந்திராதி தேவர்களுக்கு ஆணையிட்டார் சிவபெருமான். அதன்படி வெள்ளை யானையில் அமர்த்திக்கொண்டு, சுந்தரரை அழைத்துச் சென்றனர் தேவர்களும் சிவகணங்களும்!

இதை அறிந்த சேரமான் நாயனார், தன் குதிரையில் ஏறிப் பின்தொடர்ந்தார். அப்போது குதிரையின் காதில் பஞ்சாட்சர மந்திரத்தை ஓத... குதிரை வேகம் எடுத்தது. திருக்கயிலாயத்தை அடைந்தது. அங்கே... இந்திராதி தேவர்களும் சிவகணங்களும் சுந்தரமூர்த்தி நாயனாரும் வீற்றிருக்க... சிவனாரின் ஒப்புதலுடன் திருக்கயிலாய ஞானஉலா எனும் தன் படைப்பைப் பாடினார். அவர் பாடப் பாட, அந்தப் பாடலை ஓலைச்சுவடியில் எழுதிப் பத்திரப்படுத்திக் கொண்டவர் யார் தெரியுமா? அவர் தான் மாசாத்தனார். ‘இந்தப் பாடல் பூலோகத்தில் உள்ள அனைவருக்கும் தெரியட்டும். திருப்பிடவூர் சென்று, இதை வெளியிடுவாயாக!’ என அருளினார் சிவனார். அதன்படி, மாசாத்தனார் திருப்பிடவூர் எனப்படும் திருப்பட்டூரில் எழுந்தருளி னார். இன்றும் பிரமாண்டமான ஆலயத்தில், கையில் ‘திருக்கயிலாய

ஞான உலா' சுவடியை ஏந்தியபடி பூரணை-புஷ்கலையுடன் அருள்கிறார், சாத்தனார் என்கிற சாஸ்தா என்கிற அய்யனார்.

இந்தக் கோயில் குறித்து சக்தி விகடன் 'ஆலயம் தேடுவோம்' பகுதியில் எழுதியிருந்து, அதையடுத்து அந்தக் கோயிலின் திருப்பணிகளுககு வாசகர்களால் ஏராளமான நிதியுதவி அளிக்கப்பட்டு, கும்பாபிஷேகமும் சிறப்பாக நடந்தேறியது. பொலிவுடன் திகழும் அய்யனார் கோயிலில், கும்பாபிஷேகத்துக்குப் பிறகு நடைபெறும் முக்கியமான விழா... 'திருக்கயிலாய ஞான உலா' அரங்கேறிய திருவிழா!

ஆடி மாதம் சுவாதி நட்சத்திர நாளில், சுந்தரருக்கும் சேரமான் பெருமாள் நாயனாருக்கும் குருபூஜைத் திருவிழா. பல வருடங்களாக வழிபாடுகள் பெரிதாக நடைபெறாத இந்தக் கோயிலில், கடந்த சில வருடங்களாக குரு பூஜை விழாவும் திருக்கயிலாய ஞான உலா விழாவும் ஒன்று சேர்ந்து விமரிசையாக நடந்து வருகின்றது. 'கேரளாவுல உள்ள திருவஞ்சிக்குளத்துலதான் சேரமான் பெருமாளுக்கு குருபூஜை சிறப்பா நடக்கும். கோயம்புத்தூர்லேருந்து, நிறைய அன்பர்கள் அந்தத் தலத்துக்குப் போய், விழாவுல கலந்துக்கிட்டு வருவாங்க. சேரமான்பெருமாள் நாயனாருக்கும் சுந்தரருக்கும் திருக்கயிலாய காட்சி கிடைச்ச அந்த நாளையும், சேரமான் நாயனார் 'திருக்கயிலாய ஞான உலா'வை தந்தருளிய நாளையும் தமிழகத்துல கொண்டாடினால் நல்லா இருக்குமேனு தோணுச்சு.

அப்புறம்தான், திருப்பட்டூர்ல மாசாத்தனாருக்கு பிரமாண்டமாகக் கோயில் இருக்கறது தெரிஞ்சுது. முதல்கட்டமா, சிவனடியார்கள் கொஞ்சம்பேர் சேர்ந்து, சுந்தரமூர்த்தி நாயனாருக்கும் சேரமான் நாயனாருக்கும் விக்கிரகத் திருமேனியைச் செஞ்சோம். ஆடி-சுவாதி திருநாளில் இங்கு வந்து ரெண்டு நாயன்மார்களுக்கும் அபிஷேகங்கள் செஞ்சு, திருவீதியுலா வந்து, மாசாத்தனாருக்கு சிறப்பு பூஜைகள், அன்னதானம்லாம் செஞ்சோம். இதை அப்படியே வருஷம் தவறாம செய்யறதுன்னு முடிவு பண்ணினோம்' என்கிறார் பெங்களூருவைச் சேர்ந்த அன்பர், கோமதிநாயகம்.

'அதையடுத்து, இந்த விழாவையும் பூஜையையும் தெரிஞ்சுக்கிட்ட சிவனடியார்கள் பலரும் ஒண்ணாச் சேர ஆரம்பிச்சாங்க. வெள்ளை யானை, வெள்ளைக் குதிரைன்னு வாகனங்கள் எல்லாம் அடுத்த வருஷமே தயார் செஞ்சோம். இப்ப... கொஞ்சம் கொஞ்சமா, அய்யனார் கோயில்ல நடக்கற இந்த குருபூஜை விழாவும் பக்தர்களுக்குத் தெரிய ஆரம்பிச்சிருக்கு. குருபூஜையில கலந்துக்

விகடன் பிரசுரம்

கிட்டு, சிவ நாமத்தைச் சொல்லச் சொல்ல... மனசே நிறைஞ்சு போச்சு எங்களுக்கு!' என நெக்குருகிச் சொல்கிறார் அவர்.

ஆக, திருப்பட்டூர் காசி விஸ்வநாதர் கோயிலில், வியாக்ரபாதர் எனும் முனிவர், திருச்சமாதியாக இருந்து அருள்கிறார். பிரம்மபுரீஸ்வரர் கோயிலில், பதஞ்சலி முனிவரின் திருச்சமாதி; கூடவே தட்சிணாமூர்த்தி, நம் தலையெழுத்தையே மாற்றி அருளும் பிரம்மாவும் கோயில் கொண்டிருக்க... மாசாத்தனார் எனப்படும் அய்யனார் கோயிலில், சுந்தரருக்கும் சேரமான் நாயனாருக்கும் விமரிசையாக நடை பெறுகிறது, குருபூஜைத் திருவிழா!

இந்த ஆடி சுவாதி நட்சத்திர நாளில், திருப்பட்டூர் வந்து மூன்று கோயில்களுக்கும் சென்று தரிசனம் செய்யுங்கள். அப்படி தரிசித்த பலனை, அடுத்தடுத்த நாளிலேயே உணர்வீர்கள்! குருவருள் இருந்தால்... திருவருள் கைகூடும்!

தலத்தின் மகிமை!

'**கோ**யிலுக்குப் போகணும், ஸ்வாமி தரிசனம் பண்ணணும்னு யாருக்குத்தான் ஆசை இருக்காது? ஆனால், என் வாழ்க்கைல 'எப்படா இந்தக் கோயிலுக்குப் போவோம்'னு ஆசை ஆசையா காத்திருந்ததுன்னா, அது திருப்பட்டூருக்குத்தான்! இந்தக் கோயில் பத்தியும், இதன் ஸ்தல புராணங்கள் பத்தியும் படிக்கப் படிக்க... என் ஆசை அதிகரிச்சுக் கிட்டே இருந்துச்சு. அது நிறைவேறினப்ப கிடைச்ச மனநிறைவுக்கு ஈடு இணையே இல்லீங்க!' என்று பூரிப்பு விலகாமல் சொல் கிறார் லலிதா ராமன். பூர்வீகம் ராமநாதபுரம் மாவட்டம் என்றாலும், தற்போது இவர் வசிப்பது மும்பையில்.

'திருப்பட்டூர் தலத்தை எங்களுக்கு அடையாளம் காட்டினது சக்திவிகடன்தான்! ஒவ்வொரு அத்தியாயத்தைப் படிக்கும்போதும், தமிழ்நாட்டுக்குப் போகுமபோது திருப்பட்டூருக்கும் நிச்சயம் போயே தீரணுங்கறதுல உறுதியா இருந்தோம், நானும் என் கணவர்

கணபதிராமனும்! அதிலயும் குறிப்பா... தலையெழுத்தையே மாற்றி அருளும் பிரம்மாவின் திருமேனி பார்க்கப் பார்க்கச் சிலிர்ப்பா இருந்துச்சு. 'விதி இருப்பின் விதி கூட்டி அருளுக'ங்கற அற்புதமான வாசகமும் மனசை அந்தக் கோயில் திசைப் பக்கமே வைச்சிருந்துச்சு!' என்கிறார் லலிதா.

அவரின் கணவர் கணபதிராமன் தொடர்ந்தார்... 'இந்தத் தருணத்துலதான், எங்களுக்கு ஒரு அதிர்ச்சியான விஷயம் நடந்தது. எங்க சொந்தக்காரர் ஒருத்தர் நல்லா ஜாதகம் பார்ப்பார். ஒருநாள்... அவர் எங்க பையனோட ஜாதகத்தைப் பார்த்துட்டுப் பலன்களைச் சொன்னார். அப்புறமா, அந்தப் புத்தகத்துல இருந்த லலிதாவோட ஜாதகத்தை எடுத்துப் பார்த்தார். அவர் முகத்துல சட்டுன்னு ஒரு இறுக்கம். 'சொல்றதுக்கே கஷ்டமாக இருக்கு. உங்களுக்கு இப்ப கொஞ்சம் நேரம் சரியில்ல. மே மாசம் வரைக்கும் எதுவும் சொல்றதுக்கு இல்லை. வண்டி வாகனங்கள்ல போகும்போது, ரொம்பவே ஜாக்கிரதையா இருக்கணும்; பயணம் பண்ணும்போது மிகவும் கவனமாக இருக்கணும்'னு லலிதாவை எச்சரிச்சார்.

இதைக் கேட்டதும் கலங்கிப் போயிட்டேன். எனக்குப் பேச்சே வரலை. ஆனாலும், எதையும் வெளிக்காட்டிக்காமல், 'லலிதா எப்பவுமே ஜாக்கிரதையாத்தான் இருப்பாள். அதனால தவிப்போ பயமோ தேவையே இல்லை'ன்னு சொல்லி சமாளிச்சேன்.

அப்புறம் நாலு நாள் கழிச்சு, 'நீ சொன்னபடி திருப்பட்டூருக்குப் போகணும்மா! எனக்கும் ஆசையா இருக்கு'ன்னு அவகிட்ட சொன்னேன். 'என்ன... திருப்பட்டூர் திருப்பட்டூர்னு நீங்களும் புலம்ப ஆரம்பிச்சிட்டீங்களா! கண்டிப்பா போயிடுவோம்'னு சொன்னாள். இங்கிருந்தபடியே மனசுக்குள்ளே, 'அப்பா பிரம்மா..! என் மனைவிக்கு எதுவும் ஆகிடக்கூடாதுப்பா! நீதான் காப்பாத்தணும். உன் சந்நிதிக்கு வரேம்ப்பா!'ன்னு வேண்டிக்கிட்டேன்' என்று தழுதழுப்புடன் விவரித்தார் கணபதிராமன்.

'அவர் சொன்ன நாலாம் நாள், எங்க அப்பாவோட பிறந்த நாள் பத்தின ஞாபகம் வந்துது. 'அட.... அடுத்த மாசம் அப்பாவுக்குப் பிறந்த நாளாச்சே! அந்த நாள்ல, அவர் பக்கத்துல இருந்து, அவரை நமஸ்காரம் பண்ணி, ஆசீர்வாதம் வாங்கின மாதிரியும் ஆச்சு... அப்படியே நம்ம விருப்பப்படி திருப்பட்டூருக்கும் போயிட்டு வந்துடலாமே'னு தோணுச்சு. திருப்பட்டூர்ங்கற திருத்தலத்தின் மீது அளவுகடந்த ஆசை வந்ததுக்கும் ஈடுபாடு ஏற்பட்டதுக்கும் இன்னொரு முக்கியக் காரணமும் உண்டு' என்று சொல்லி,

திருப்பட்டூர் அற்புதங்கள்!

ஆர்வத்தைத் தூண்டினார் லலிதா. சிறிது இடைவெளி விட்டு, அவரே தொடர்ந்தார்...

'என் அப்பா பேரு முத்துகிருஷ்ணன். அவரோட அப்பா... அதாவது என் தாத்தா குப்புஸ்வாமி ஐயர், ஆன்மிகத்துல கரை கண்டவர். ஒருகட்டத்துல, சந்நியாசம் வாங்கிண்டுட்டார். ராமநாதபுரம் மாவட்டம், திருவெற்றியூர் பாகம்பிரியாள் கோயில் இருக்கில்லையா... அங்கே எங்க தாத்தா குப்புஸ்வாமி ஐயரோட திருச்சமாதி இருக்கு. வருஷா வருஷம் அங்கே போய் பூஜையெல்லாம் பண்ணிட்டு வருவோம். இங்கே... திருச்சிக்குப் பக்கத்துல திருப்பட்டூர் கோயில்லயும் அதேபோல ஒரு திருச்சமாதி இருக்குன்னு படிச்சதும், என்னவோ தெரியலை... அந்தத் தலத்தின் மேலே ஈடுபாடு அதிகமாயிடுச்சு. காசி விஸ்வநாதர் கோயில்ல வியாக்ரபாதருக்கும் பிரம்மபுரீஸ்வரர் கோயில்ல பதஞ்சலி முனிவருக்குமான திருச்சமாதிகளைப் படிக்கறப்பவும் பாக்கறப்பவும் அந்தக் கோயில் இப்படி இருக்குமா, அப்படி இருக்குமான்னு நான் கனவெல்லாம் கண்டிருக்கேன்' என்று சிரித்தபடி சொல்கிறார் லலிதா.

'அப்பாவோட பிறந்த நாள் விழா முடிஞ்சதும், திருச்சிக்கு வந்தோம். டிராவல்ஸ் கார்ல திருப்பட்டூருக்குப் போனோம். முதல்ல... காசி விஸ்வநாதர் கோயிலுக்குப் போனோம். அங்கே நடை சார்த்தியிருந்துது. 'என்னடா இது'ன்னு தவிச்சபடி காத்திருந்தோம். பக்கத்துல இருந்த வியாக்ரபாதர் உருவாக்கின தீர்த்தத்தையே இமை கொட்டாமல் பார்த்துக்கிட்டு இருந்தோம். எடுத்து, தலையில தெளிச்சுக்கிட்டு, கண்கள்ல ஒத்திக்கிட்டோம். அப்புறம் கொஞ்ச நேரத்துல குருக்கள் வந்துட்டார்.

அவசரத்துலயும் பரபரப்புலயும் நாங்க வந்திருந்ததால, பூவோ பழமோ அர்ச்சனைத் தட்டோ எதுவும் வாங்காமலேயே வந்துட்டோம். 'என்னங்க அர்ச்சனை பண்ணணுமா?'னு அந்தக் குருக்கள் கேட்டதும்தான் ஓடிப்போய், எல்லாத்தையும் வாங்கிண்டு வந்து, அர்ச்சனை பண்ணினோம். வியாக்ரபாதர் சந்நிதியில விளக்கேத்தி, நமஸ்காரம் பண்ணி, பத்து நிமிஷம் கண் மூடி உட்கார்ந்திருந்தோம். மனசு கொஞ்சம் கொஞ்சமா லேசாக ஆரம்பிச்சதை நல்லா உணர முடிஞ்சுது!' என்று கண்கள் விரியச் சொல்கிறார் லலிதா.

உண்மைதான். லலிதாவைப் போன்றவர்கள் இந்த தெய்வீக உணர்வை அடைந்து சிலிர்த்து இருக்கிறார்கள். 'என்ன... என்ன... என் மனம் தக்கையானது போல் இருக்கிறதே, இது எப்படி?!' என்று உள்ளுக்குள் கேட்டும் பதில் கிடைக்காமல் வியந்தபடி,

கணபதிராமன் - லலிதா

ஒவ்வொரு முறையும் வந்து இந்தச் சந்நிதியில் அமர்ந்து, கண்மூடி தியானத்தில் ஆழ்ந்திருக்கிறார்கள். அப்படி வரும்போதெல்லாம் வியாக்ரபாதரின் திருச்சமாதிக்கு வஸ்திரம் வாங்கி வந்து, சமாதிக்கு அணிவித்து, விளக்கேற்றி வழிபடுகிறார்கள். அதேபோல், தங்களுக்கு இயன்ற நாள்களில்... அது வியாழனோ வெள்ளியோ ஞாயிற்றுக்கிழமையோ... இங்கு வந்து திருச்சமாதிக்கு அருகில் அமர்ந்து, கண் மூடி தன்னுள் தன்னை தான் பார்க்கிற நிலையைத் தேடிக்கொண்டு இருக்கிறார்கள்.

"காசி விஸ்வநாதரைத் தரிசனம் பண்ணிட்டு, பிரம்மபுரீஸ்வரர் கோயிலுக்குப் போனோம். இங்கே... இந்த முறை அர்ச்சனைத் தட்டு வாங்கிட்டுத்தான் கோயிலுக்குள் நுழைஞ்சோம். பிரம்மா சந்நிதிக்கு முன்னாடி வந்து நின்னதும், மொத்த உடம்பும் தூக்கிப் போட ஆரம்பிச்சிருச்சு. அவ்வளவு சாந்நித்தியமான இடம் அது! அன்னிக்கு நல்ல கூட்டம் வேற! அர்ச்சனைத் தட்டைக் கொடுத்து,

எல்லார் பெயர் நட்சத்திரத்தையும் சொல்லி, பிரம்மாகிட்ட மனமுருகி வேண்டிக்கிட்டேன். தீபாராதனை முடிஞ்சுது. என்னைவிட என் கணவர் முகத்துலதான் அப்படியொரு நிம்மதி! 'என் மனைவிக்கு ஏதோ கண்டம் இருக்குன்னு சொல்றாங்க. நீதான் பார்த்துக்கணும்'னு வேண்டிக்கிட்டதா சொன்னார் அவர்.

அப்புறம், அர்ச்சனை பண்ணினவங்களுக்கு எல்லாம் தட்டு கொண்டுவந்து கொடுக்கும்போது, எனக்கு மட்டும் தரலை. 'என்னடா'ன்னு யோசிச்சுக் கேட்டப்போ, 'அடடா... அர்ச்சனைத் தட்டே தராத யாரோ ஒருத்தங்க உங்க தட்டை தவறுதலா வாங்கிட்டுப் போயிட்டாங்க போல! இல்லேன்னா இங்கே ஒரு தட்டு மிஞ்சியிருக்கணுமே!'ன்னு சொல்லிட்டு, பிரம்மாவின் பாதத்திலேருந்து பூவையும் மஞ்சளையும் எடுத்துக் கொடுத்தாங்க.

இது சரியா-தப்பா, நடக்கறது நல்லதுக்காங்கற குழப்பத்தோடயே சந்நிதியை விட்டு வெளியே வரும்போது, யாரோ ஒருத்தர், 'உங்க விதியை, உங்க பாபத்தை யாரோ கழிச்சு விட்டுட்டாங்க. நீங்க நல்லா இருப்பீங்க'னு சொல்லிட்டு நிக்காமலயே போயிட்டார்.

இது அந்தத் தலத்தின் மகிமை! பிரம்மாவின் பேரருள். என் தாத்தாவும் முப்பாட்டனும் தேடித் தந்த ஜென்மக் கொடை. வேற என்ன சொல்றது?' என்று சொல்லிக் கரகரவெனக் கண்ணீர் விட்டார் லலிதா ராமன்.

குரு பிரம்மாவே... உனக்கு நமஸ்காரம்!

விசாலாட்சி

'சென்னைலேருந்து திருச்சிக்கு எத்தனையோ முறை பஸ்ஸுல போயிருக்கோம். சிறுவாச்சூர் மதுரகாளி, செட்டிகுளம் ஏகாம்பரேஸ்வரர் கோயில்னு போயிட்டு, சமயபுரம் கோயிலுக்குப் போய் தரிசனம் பண்ணியிருக்கோம். ஆனால், திருப்பட்டூர்னு ஒரு அற்புதமான தலம் இருக்கிறதை லட்சக் கணக்கான வாசகர்களுக்கு அடையாளம் காட்டினது, சக்திவிகடன்தான்!' என்று தினந்தோறும் பரவசத்துடன் தங்கள் கருத்தைப் பகிர்ந்துகொள்கிற அன்பர்கள் ஏராளம்!

'கடந்த ஒண்ணரை வருஷமா, அதாவது திருப்பட்டூர் கோயில் பத்தி எழுத ஆரம்பிச்சதுலேருந்து அங்கே போய்கிட்டிருக்கோம். பிறகு பிரதோஷம், என் நட்சத்திர நாள், எங்கள் கல்யாண நாள், பேரனோட நட்சத்திரப் பிறந்த நாள்னு இப்ப ரெகுலராவே அந்தக் கோயிலுக்குப் போக ஆரம்பிச்சிட்டோம். இப்பெல்லாம் வீட்ல என்ன நல்லது கெட்டதுன்னாலும், 'அப்பா பிரம்மபுரீஸ்வரா... நீதான் துணை நிக்கணும்'னு ஒரு பிரார்த்தனையோடதான்

எல்லா விஷயத்தையும் பார்க்கறோம். இப்ப திருப்பட்டூர் கோயிலுக்கும் எங்கள் குடும்பத்துக்கும் மிகப் பெரிய பிணைப்பே ஏற்பட்டுடுச்சு!' என்று சென்னை, பெங்களூரு, மதுரை, கோவை என எல்லா ஊர்களில் இருந்தும் நெக்குருகிச் சொல்கிறார்கள் வாசக அன்பர்கள்.

கும்பகோணம் அருகில் உள்ள ஒரு கோயிலுக்குச் சென்றிருந்த தருணத்தில்... அந்தக் கோயிலின் சிவாச்சார்யர் நடராஜ குருக்கள் சிலிர்ப்பு மாறாமல் பேசினார். 'திருப்பட்டூர் கோயிலுக்கு இதுவரைக்கும் போனதே இல்லை நான். ஆனால், தொடர்ந்து படிக்கப் படிக்க... அந்தக் கோயிலுக்குப் போய் தரிசனம் பண்ணணும்னு ஆசை வந்துது. அந்த தருணத்துல, 'ஆகமச் செல்வர்களுக்கு அருளும் திருத்தலம்'னு சொல்லி, உலகத்துல இருக்கிற அத்தனை சிவாச்சார்யர்களுக்கும் அருள்பாலிக்கிற சாந்நித்தியமான தலம்னு போட்டிருந்ததைப் படிச்சு சிலிர்த்துப் போயிட்டேன். 'தில்லை மூவாயிரம் திருப்பிடவூர் மூவாயிரத்து ஒன்று'ங்கற சொலவடை அந்தக் காலத்துல இருந்ததைப் படிக்கும்போது, அந்தக் கோயில் மீதான பிரமிப்பு இன்னும் இன்னும் கூடிக்கிட்டே போச்சு!

கோயிலுக்கு வர்றவங்களுக்காக, அவங்க பிரார்த்தனை நிறைவேறணுங்கறதுக்காக ஸ்வாமிக்கு அபிஷேகம் செய்ற, பூஜைகள் செஞ்சு அர்ச்சனை பண்ற குருக்கள், தனக்குன்னு எப்பவுமே கேட்டுக்க மாட்டாங்க. சதா சர்வ காலமும் சதா சிவத்தையே நினைச்சுக்கிட்டிருக்கற சிவாச்சார்யர்கள், அந்தப் பரம்பொருள்கிட்ட வேற என்ன கேட்டுட்டுப் போறாங்க?! ஸ்வாமியைத் தொட்டு கைங்கர்யம் பண்ற பாக்கியம்... இந்த ஜென்மத்துக் கொடுப்பினை. அப்படியிருக்கிற நிலைல அந்த சிவாச்சார்யர்களுக்கு, அர்ச்சகர்களுக்கு, குருக்களுக்கு... அவங்களோட குடும்பம் செழிச்சு, வம்சம் தழைச்சு வளரணுங்கறத்துக்கு அந்தத் தென்னாடுடைய சிவனார், திருப்பட்டூர் திருத்தலத்துல பிரம்மபுரீஸ்வரரா இருந்து அருள்பாலிக்கிறார்னா... இந்தத் திருத்தலம் மேலும் மேலும் ஒளிவீசப் போறதுக்குக் கேக்கவா வேணும்!' என்று பெருமையுடன் தெரிவித்த அர்ச்சகர் நடராஜன், தாண்டவர்தோட்டம் எனும் அழகிய கிராமத்தில் உள்ள நடனபுரீஸ்வரர் ஆலயத்தில் கைங்கர்யம் செய்து வருகிறார்.

தாண்டவர்தோட்டம் மகாபெரியவாள் அனுக்கிரகித்த திருத்தலம். அந்தக் கோயிலுக்கு காஞ்சி மகான் நடராஜ விக்கிரகத்தை வழங்கி அருளியிருக்கிறார். கேரளாவுக்குப் புலம் பெயர்ந்த தமிழர்கள் பலரும் இன்றைக்கும் வந்து பெரிய விழா எடுத்துத் தரிசித்துச் செல்கின்றனர். விசாக நட்சத்திரக்காரர்கள்

விசாலாட்சி

வணங்கி வழிபட வேண்டிய பரிகாரத் தலம். அந்தக் கோயிலின் குருக்களைப்போல, இன்னும் எத்தனையோ ஊர்களில் உள்ள கோயில் சிவாச்சார்யர்கள் சிலாகித்துப் பேசுகிறார்கள், திருப்பட்டூர் திருத்தலத்தை! அவர்கள் சொல்லச் சொல்ல... திருப்பட்டூரும் அதன் மகிமையும் வியக்க வைக்கிறது.

'தமிழகத்தில் சித்தர்களும் முனிவர்களும் திருச்சமாதியாக இருக்கும் இடங்களைத் தேடித் தேடி தரிசிக்கும் பழக்கம் உள்ளவன் நான். பதஞ்சலி யோகசூத்திரத்தைப் படித்து, அதை முழுவதுமாக உள்வாங்கி, யோக சூத்திர விஷயங்களைக் கடைப்பிடிச்சுக்கிட்டு இருக்கேன். அவரது சமாதியும் வியாக்ரபாதரின் சமாதியும் திருப்பட்டூர்ல

இருக்கிறதைப் படிச்சுட்டு, அடுத்து வந்த வியாழக்கிழமை அங்கே போயிட்டேன். அடடடா... ஊருக்கு நடுவுல பிரம்மபுரீஸ்வரர் ஆலயமும், அதுக்குப் பின்னாடி காசிவிஸ்வநாதர் கோயிலும் பார்க்கறப்பவே மொத்தப் பாவமும் கரைஞ்சு காணாமப் போயிட்ட மாதிரி ஓர் உணர்வு..!' என்று சிவனடியார் தட்சிணாமூர்த்தி கண்ணீர் ததும்ப விவரிக்கிறார். ஓசூரில் வேலை பார்க்கிற இவர், மாதம் ஒருமுறையேனும் திருப்பட்டூருக்கு வந்து தரிசிப்பதையும் சமாதிகளுக்கு முன் அமர்ந்து தியானிப்பதையும் வழக்கமாகக் கொண்டு இருக்கிறார்.

'திருப்பதிக்கு நிகரானது எனப் போற்றக்கூடிய திருத்தலமாகத் திகழப்போகிறது திருப்பட்டூர். வாழ்வில் நல்ல நல்ல திருப்பங்களைத் தந்து, வளமுடன் வாழச் செய்து அருளும் ஆலயமாக சிறப்புறப் போகிறது' என்கிற ஓலைச்சுவடிக் குறிப்புக்குத் தக்கபடி, நாளுக்கு நாள் திருப்பட்டூர் நோக்கி வருகிற அன்பர்கள் அதிகரித்து வருகின்றனர். 'தரிசித்தோம்; எங்களின் தலையெழுத்து மாறி, வாழ்வில் உயர்ந்திருக்கிறோம்' என்று சொல்பவர்கள் அதிகரித்தபடி இருக்கிறார்கள்.

'பன்னிரண்டு திருத்தலங்களுக்குச் சென்று ஸ்வாமியைத் தரிசித்த புண்ணியம், இந்தத் தலத்துக்கு வந்தால் கிடைக்கும் என்பதைப் படித்துவிட்டு, பிரம்மாவின் பேரருளைப் பெறச் சென்றோம். இழந்த பதவியைப் பெற என இந்தப் பன்னிரண்டு தலங்களின் சிவலிங்கத் திருமேனிகளையும் அங்கே ஸ்தாபித்து, வழிபட்டு, தவமிருந்த பிரம்மாவின் துணைகொண்டு, அத்தனை திருமேனிகளுக்கும் வில்வம் சார்த்தினோம்; வஸ்திரம் அணிவித்தோம். அன்னிலேருந்து வீட்ல இருந்த சிறு சிறு பிரச்னைகளும் சிக்கல்களும் திசை தெரியாமப் போய், இப்போ சந்தோஷமா இருக்கோம்' என்று, பிரேமா எனும் 55 வயது வாசகி, தொலைபேசியில் தெரிவித்தார். அவரின் ஒவ்வொரு வார்த்தையிலும் ஆனந்தமும் நிறைவும் கலந்திருந்ததை உணர முடிந்தது.

மகான்கள் வழிபட்ட தலம், அப்படித்தான் நம்மை ஏதோ செய்யும். கைப்பிடித்து எங்கோ அழைத்துச் செல்லும். வாழ்வில், இந்தப் பிறவியின் ஒவ்வொரு பொழுதிலும் பக்கத் துணையாக இருந்து வழிநடத்தும்! திருப்பட்டூர் என்கிற தலம், இன்னும் பரவும்; இனம் புரியாத குதூகலத்தைத் தந்து, மகிழச் செய்யும்! ஒருமுறை... ஒரேயொரு முறை... திருப்பட்டூர் தலத்தில் காலடி எடுத்து வையுங்கள். மனதின் அத்தனை துக்கங்களும் பறந்து, மனம், புத்தி, செயல், சிந்தனை யாவற்றிலும் ஓர் ஒழுங்கை, நேர்த்தியை, தெளிவை உணர்வீர்கள்! தெளிதலும் உணர்தலும் இருப்பின்... அதைவிட திருப்பம் வாழ்வில் வேறென்ன இருக்கிறது?!

அற்புதங்கள்!

அற்புதங்கள் கொட்டிக் கிடக்கிற தலம்; ஆச்சரியங்களும் பரவசங்களும் நிறைந்த பூமி; அமானுஷ்யங்களுக்குக் குறைவில்லாத இடம் என திருப்பட்டூர் திருத்தலம் குறித்து முதல் அத்தியாயத்தில் குறிப்பிட்டிருந்தது நினைவுக்கு வருகிறது.

இந்தத் திருத்தலத்தின் மகிமையை லட்சக் கணக்கான வாசகர்களுக்கும் சென்று சேர்க்கும் வகையில் 'இதோ... ஒரு இனிய மினி தொடர்' என்று அதில் குறிப்பிட்டு இருந்தோம். ஆனால், மினி தொடர் என்பது மெகா தொடராக, 37 அத்தியாயங்களாக மலர்ந்ததும் திருப்பட்டூர் அற்புதங்களில் ஒன்று என்பதாகவே உள்ளுணர்வு சொல்கிறது.

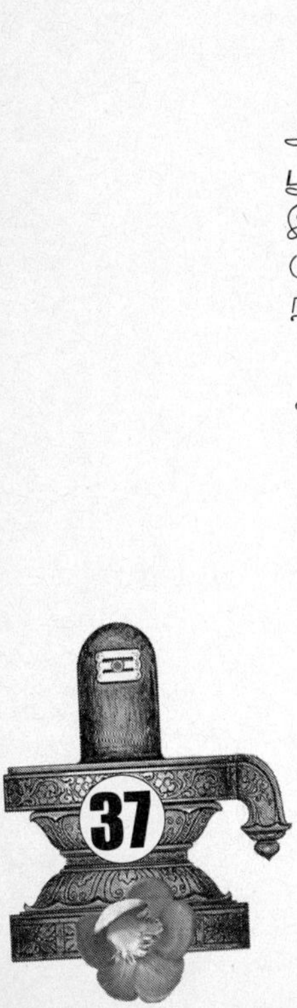

இந்த ஒன்றரை வருட காலங்களில்... இந்தத் தொடரைப் படித்துவிட்டு, அந்தத் தலத்துக்குச் சென்று தரிசித்தவர்கள், தங்களின் அனுபவங்களைச் சொல்லச் சொல்லப் பூரித்துப்போகிறது மனம்; நெகிழ்ந்து, நெக்குருகி, நிறைந்துபோகிறது!

இந்திராணி – பாலசுப்ரமணியம்

பாக்கியசாலி – உமா

பூர்ணிமா – மகேஷ்

'என் கணவருக்கு 70-வது பிறந்தநாள் வந்தப்ப, குடும்ப சகிதமா திருக்கடையூர் போயிருந்தோம். திரும்பும் போது, திருப்பட்டூருக்கு வந்து, அய்யனாரையும் காசி விஸ்வநாதரையும் பிரம்மபுரீஸ்வரரையும் தரிசிச்சோம். நிறையப் பேர் தங்களோட ஜாதகங்களையும் வியாபாரக் கணக்கு நோட்டு களையும் பிரம்மாவின் திருப்பாதத்துல வைச்சு, வேண்டிக்கிட்டு எடுத்துட்டுப் போனாங்க. 'எங்க எல்லாருக்கும் ஒரு குறையும் வராம நீதாம்பா காப்பாத்தணும்!'னு நாங்களும் வேண்டிக்கிட்டு வந்தோம். அதுக்கு அடுத்ததா, என் கொழுந்தனாருக்கு காசிக்குப் போற வாய்ப்பு கிடைச்சுது. போயிட்டு வந்ததும், ராமேஸ்வரத்துக்குப் போயிட்டு வந்தார். அங்கே திடீர்னு வி.ஐ.பி. தரிசனம் கிடைச்சதை இப்பவும் பெருமையா சொல்லிக்கிட்டே இருக்கார்' என்று திருப்பூர் எஸ்.பெரியபாளையம் வாசகி இந்திராணி பாலசுப்ரமணியம் உணர்வு பொங்கத் தெரிவித்தார்.

'என் அக்காவோட பேரன், மூணு மாசக் குழந்தை. எப்பப் பார்த்தாலும் காய்ச்சல், வாந்தி பேதின்னு ரொம்பவே கஷ்டப் பட்டுட்டு இருந்தான். அவனுக்காக நாங்க அம்பாள் சந்நிதில 36 நெய்தீபமேற்றி வேண்டிக்கிட்டோம். அடுத்த வாரமே குழந்தை பரிபூரணமா குணமாயிட்டான். திருப்பட்டூருக்கு இனி வருஷத்துக்கு நான்கைந்து முறையாவது வந்து தரிசனம் பண்ணணும்னு அப்பவே முடிவு பண்ணிட்டோம்' என்று நெகிழ்ச்சிக் கண்ணீருடன் தெரிவிக்கிறார் இந்திராணி.

இதுபோன்ற பிரார்த்தனைகளும், அந்தப் பிரார்த்தனை யின்படி அவர்கள் வாழ்வில் நடந்தேறிய நல்ல நல்ல மாற்றங்களும்

விகடன் பிரசுரம்

திருப்பட்டூர் திருத்தலம் நோக்கிய பயண ஆர்வத்தை பக்தர்களுக்குள்ளே தூண்டி வருகிறது. அந்தத் தலத்தின் சூட்சும சக்தி இப்படியாக எங்கோ இருப்பவர்களையும் தட்டி உசுப்பிவிடும். இந்தத் தலத்துக்கு வரச் செய்து, அவர்களின் தலையெழுத்தையே மாற்றி அருளும்.

'திருப்பட்டூர் அற்புதங்கள் தொடர்ல வியாக்ரபாதர், பதஞ்சலி முனிவர், காசிவிஸ்வநாதர், பிரம்மபுரீஸ்வரர், பிரம்மான்னு விரிவா சொல்லிட்டே வந்தப்பக்கூட வாய்ப்பு கிடைக்கும் போது ஒருமுறை போய் தரிசனம் பண்ணிட்டு வரலாம்னுதான் நினைச்சுக்கிட்டு இருந்தோம். ஆனால், இறைச் சக்தியானது முருகப் பெருமான் ரூபத்துல, எங்களை உடனே அங்கே போகத் தூண்டுச்சுங்கறது இப்பவரைக்கும் ஆச்சரியமா இருக்கு' என்று பரவசம் மாறாமல் சொல்கிறார் வாசகி உமா.

மதுரை திருமங்கலத்தில் வசிக்கும் உமாவும் அவர் கணவர் பாக்கியசாலியும் அதே பரவசத்துடன் நம்மிடம் பேசினார்கள்.

'சாதாரண நடுத்தரக் குடும்பம்தான் எங்களுது. எல்லாரையும்போல எங்க பொண்ணைக் கஷ்டப்பட்டுக் கட்டிக்கொடுத்தோம். பையனை பி.ஈ. படிக்க வைச்சோம். அவன் இப்ப சென்னைல வேலை பார்க்கறான். இன்னும் கொஞ்ச வருஷத்துல வீடு - வாசல்னு செட்டிலாயிடணும்னு நினைச்சுக்கிட்டு இருக்கும்போதுதான், எங்களுக்குச் சேரவேண்டிய எங்க அப்பாவோட சொத்து ஒண்ணு திண்டுக்கல்ல இருக்குன்னு விவரம் தெரிய வந்துது. ஆனால், அதுக்கான ஆதாரமோ பத்திரமோ எதுவும் எங்ககிட்ட இல்லை. அது மிகப் பெரிய பலா மரத்தோப்பு. கிட்டத்தட்ட 20 ஏக்கர் பரப்பளவு கொண்ட அந்தத் தோப்பு, எட்டு கோடி ரூபாய் மதிப்பு போகும்னு கேள்விப்பட்டப்ப... 'இது நமக்கு கிடைக்குமா'ங்கற தவிப்பும் பயமும் அதிகமாயிடுச்சு. பல வருஷங்களாக முட்டி மோதிப் பார்த்தாச்சு; கோயில் குளம்னு கும்பிட்டும் வந்தாச்சு. ஆனால், அது எங்கள் சொத்துதான்கிறதுக்கு எந்த ஆதாரமும் கிடைக்கலை.

இந்தத் தருணத்துலதான், 'திருப்பட்டூர் அற்புதங்கள்' தொடர்ல பிரம்மபுரீஸ்வரர் கோயில்ல இருக்கிற முருகக்கடவுள் பத்தி வந்திருந்தது. 'குரு பிரம்மாவும் குரு விஷ்ணுவும் குரு பரமேஸ்வரனும் தரிசனம் தந்து அருளும் இந்தத் தலத்தில், அப்பனுக்குப் பாடம் சொன்ன சுப்பையாவும், அதாவது பிரணவ மந்திரத்தை எடுத்துரைத்த ஞானகுருவான கந்தக் கடவுளும் அவர்தம் அருட்கடாட்சத்தையும் சாந்நித்தியத்தையும் முழுமையாகத் தந்தருள்கிறார் இங்கே!'ன்னு அதுல (29.11.11. இதழ்) போட்டிருந்துது.

‘கந்தக் கடவுள், ஞானகுரு. பூமிகாரகன். செவ்வாய்க்கு அதி தேவதையும் இவரே! எனவே, இங்கு செவ்வாய்க்கிழமையில் வந்து, வள்ளி-தெய்வானை சமேத சுப்ரமணியருக்கு அபிஷேகம் செய்து, வஸ்திரம் சார்த்தி வணங்கி, வெண் பொங்கல் அல்லது சர்க்கரைப் பொங்கல் நைவேத்தியம் செய்து வழிபட்டால், மனை தொடர்பான சிக்கல்கள் விரைவில் விலகிவிடும். நிலம் தொடர்பான வழக்கு இருப்பின், சீக்கிரமே சாதகமான தீர்ப்பு வரும். வீடு வாங்கும் யோகம் கிட்டும்’னு இருந்த வாசகங்கள் ஏதோ எனக்காகவே எழுதின வாசகங்களா தோணிச்சு. அதைப் படிக்கப் படிக்க, மனசுல ஒரு நம்பிக்கையும் தெம்பும் கூடினது நிஜம்.

அதே இதழ்லயே, நம்மளோட நட்சத்திர நாள்ல, அங்கே தரிசனம் பண்றது கூடுதல் விசேஷம்னு எழுதியிருந்தாங்க. உடனே காலண்டரை எடுத்துப் பார்த்தேன். டிசம்பர் 6-ம் தேதி என்னோட ரேவதி நட்சத்திரம். தவிர, அன்னிக்கு முருகப்பெருமானுக்கு உகந்த செவ்வாய்க்கிழமையும்கூட! கேட்கணுமா... அந்த நாள்ல திருப்பட்டூர் போறதுன்னு முடிவாகி, கணவரோட கிளம்பினேன்.

அபிஷேகம் பண்ணி, வஸ்திரங்கள் சார்த்தி, சர்க்கரைப் பொங்கல் நைவேத்தியம் செஞ்சு, எல்லாருக்கும் விநியோகிச்சு, அப்படியே பிரம்மாவையும் தரிசனம் பண்ணிட்டுத் திரும்பினோம். அதையடுத்து டிசம்பர் கடைசில... என்ன ஆச்சரியம்...! சொல்லும் போதே சிலிர்க்கிறது எனக்கு. அந்தப் பலாமரத் தோப்பு என் அப்பாவின் பேர்லதான் இருக்குங்கறதுக்கான ஒரு முக்கிய ஆதாரம் எங்களுக்குக் கிடைச்சுது!

அதையடுத்து நடந்ததெல்லாம் நல்லவிதமாவே நடந்தது. அப்படி நல்லது நடக்கும்போதெல்லாம், ஒரு நடை திருப்பட்டூருக்குக் காலைல போயிட்டு மத்தியானம் வரைக்கும் இருந்து தரிசனம் பண்ணிட்டு வர்றதை வழக்கமா வைச்சுக்கிட்டோம். ஏதோ ஒரு சுமாரான வீட்ல காலம் தள்ளிட்டு இருக்கிற எங்களுக்கு அந்த 20 ஏக்கர் தோப்பு சொந்தம்னு தீர்ப்பு வந்தாச்சு இப்ப! எங்களோட இந்தப் பிறப்பையே, வாழ்க்கையையே, தலையெழுத்தையே மாத்தி அமைச்சது... சத்தியமா சொல்றேன், திருப்பட்டூர் தலம்தான்!’ என்று கண்களில் கரகரவென வழிந்த கண்ணீரைப் பொருட்படுத்தாமல் சொல்கிறார் உமா.

‘திருப்பட்டூர் அற்புதங்கள் தொடர் படிச்சுட்டு, உமாதான் எங்கிட்ட புலம்புவாங்க. அந்தக் கோயிலுக்குப் போகணும்கறதும் அவங்க எடுத்த முடிவுதான்! போயிட்டு வந்த அடுத்தடுத்த நாட்களும் தடதடன்னு, ஏதோ சத்தியத்துக்குக் கட்டுப்பட்டது

திருப்பட்டூர் அற்புதங்கள்!

பாலகுமாரன்

மாதிரி நல்லதாவே நடந்துச்சு. எந்த அர்த்தத்துல எனக்கு வீட்டுல அப்படிப் பேரு வைச்சாங்களோ... உண்மையிலேயே நான் பாக்கியசாலிதான்!' என நெகிழ்ந்து உருகுகிறார் உமாவின் கணவர் பாக்கியசாலி.

அற்புதங்கள் ஒவ்வொரு வருக்கும் ஒவ்வொருவிதமாக நடந்தேறும். ஒவ்வொருவரின் மூலமாகக் காட்டியருளப்படும். மந்த்ராலய மகான் ராகவேந்திர சுவாமிகளை, தாத்தா தாத்தா என்று சொல்லி உருகுகிற, அந்த அளவுக்கு அவர் மீது பக்தி வைத்திருக்கிற சென்னையைச் சேர்ந்த பத்மா எனும் பெண்மணிக்கு அந்த மகான்தானே இந்தத் திருத்தலத்தைக் காட்டி அருளினார்! இங்கே... உமா எனும் பெண்மணியை அழைத்து வந்து, தலையெழுத்தையே மாற்றி அருளுவதற்கு, முருகப்பெருமான் சூட்சும ரூபமாக ஏதோ செய்திருக்கிறார்.

சென்னை, மயிலாப்பூர் யோகி ராம்சுரத்குமார் சத்சங்கத்தில் இருந்த அந்தப் பக்தருக்கும் அவ்விதமே நிகழ்ந்தது.

'ஒரு வியாழக்கிழமை நாளில், திருவண்ணாமலை மகான் சத்குரு யோகி ராம்சுரத்குமாருக்கு வீட்டில் பூஜை நடந்தது. சத்சங்க உறுப்பினர்கள் பலரும் வந்து அந்த மகானைப் பரவசத்துடன் பாடிக்கொண்டிருந்தனர். பூஜை முடிந்ததும், அங்கே இருந்த ஒரு தம்பதியை அழைத்து, 'இந்த முறை கோயில்களுக்குச் செல்லும்போது, அப்படியே திருப்பட்டூருக்கும் சென்று, பிரம்மாவை தரிசித்து வாருங்கள்' என்று சொன்னேன். அப்படியே செய்தார்கள். அவர்களுக்கு நல்லதே நடந்தது. அவர்கள் குறை தீர்ந்தது!' என்கிறார் எழுத்தாளர் பாலகுமாரன்.

அவர்கள் டாக்டர் மகேஷ்-பூர்ணிமா தம்பதி. திருமணமாகி இரண்டு மூன்று வருடங்களாகியும் குழந்தை பாக்கியமே இல்லாதிருந்த அவர்கள் திருப்பட்டூர் போய் வந்த அடுத்த இருபதாவது நாள், பூர்ணிமா கருத்தரித்தார். 'குரு பிரம்மாவின் கருணை, பெருங்கருணை!' எனச் சொல்லிப் பூரிக்கிறார் டாக்டர் மகேஷ்.

அவர்கள் மட்டுமா? அவர்களுடன் தனியார் கம்பெனியின் துணை மேலாளரும், தென்னக ரயில்வேயில் பணிபுரியும் அவரின் மனைவியும் திருப்பட்டூர் சென்றனர்; தரிசித்தனர்; அங்கே அமர்ந்து தியானத்தில் ஈடுபட்டனர். 40 வயதை நெருங்கிக்கொண்டு இருக்கும் அந்தப் பெண்மணியும் இப்போது கருசூல் கொண்டிருக்கிறார். மிக ஆரோக்கியமாகத் தன்னுள் கரு வளர்ந்து வருவதைச் சிலிர்ப்பு மாறாமல் விவரிக்கிறார்.

இந்த உலகின் மிக உயர்ந்த செல்வம் பிள்ளைப்பேறுதான், இல்லையா? உத்தியோகம், திருமணம், குழந்தைச் செல்வம் என அமையாமல் தவித்து மருகுபவர்கள் எத்தனை பேர்? நல்லவிதமாக அமையவில்லையே எனக் குறைப்பட்டுக் கொள்பவர்களும் உண்டுதானே?

திருப்பட்டூர் அற்புதங்கள்!

திருப்பிடவூர், திருப்படையூர், திருப்பட்டூர் என்றெல்லாம் சொல்லப்படுகிற இந்தத் தலத்துக்கு வந்து, சிரம் தாழ்த்தி, கரம் குவித்து, மனம் ஒருமித்து வேண்டுவோர் அனைவரின் குறைகளையும் போக்கி, அவர்களை மனமகிழ்ச்சியோடு வாழ வைத்தருளும் அற்புதம் இங்கே இடையறாது நிகழ்ந்துகொண்டே இருக்கிறது.

விகடன் பிரசுரம்

எங்கே இருக்கிறது?

திருச்சி - சென்னை தேசிய நெடுஞ்சாலையில், திருச்சி சத்திரம் பேருந்து நிலையத்தில் இருந்து சுமார் 30 கி.மீ. தொலைவில் உள்ளது திருப்பட்டூர். சத்திரம் பேருந்து நிலையத்தில் இருந்து டவுன் பஸ் வசதி உண்டு; ஆனாலும் குறைவுதான்!

தேசிய நெடுஞ்சாலையில் உள்ள சிறுகனூர் எனும் பேருந்து நிறுத்தத்தில் இறங்கி, அங்கிருந்து சுமார் 5 கி.மீ. தொலைவில் உள்ள திருப்பட்டூருக்கு, ஆட்டோ மற்றும் ஷேர் ஆட்டோவிலும் செல்லலாம்.

'திருப்பட்டூர் அற்புதங்கள்' எனும் கட்டுரைகள் இதோ, இந்த இடத்தில் நிறைவுறுகின்றன. ஆனால், அந்தத் தலத்தின் மகிமைகளும் அற்புதங்களும், அங்கே வருகிற அன்பர்களுக்குள் தொடர்ந்து அரங்கேறிக்கொண்டே இருக்கும்!

குருர் ப்ரம்மா குருர் விஷ்ணுர் குருர் தேவோ மகேஸ்வர:
குருர் சாக்ஷாத் பரப்ரம்மா தஸ்மை ஸ்ரீகுரவே நம:

ஓவியம்: **ராமு**

புகைப்படங்கள்:
'ப்ரீத்தி' கார்த்திக்,
என்.ஜி.மணிகண்டன்,
மு.நியாஸ் அகமது,
ச.இரா.ஸ்ரீதர்,
க.தனசேகரன்.